TS. Philippe Ngo (Chủ biên) & Phùng Lâm

GIÁO TRÌNH CHƯỞNG TƯỚNG HỌC

(Kiến Thức Căn Bản Chưởng Tướng Học)
QUYỂN 1

NHÂN ẢNH
2024

Copyright © 2019 Phung Lam & Phil Ngo. All rights reserved. No part of this publication may be reproduced, distributed, or transmitted in any form or by any means, including photocopying, recording, or other electronic or mechanical methods, without the prior written permission of the authors, except in the case of brief quotations embodied in critical reviews and certain other noncommercial uses permitted by copyright law.
For permission requests, write to the authors, addressed "Request Permissions" at the email below.
contact@tarothuyenbi.info
ISBN: 979-8-3304-4999-6

"Thứ gì còn tồn tại qua hàng ngàn năm nghĩa là còn giá trị, chúng ta vẫn thường phỉ báng cái mà sau này được tôn vinh, và tôn vinh cái sau này trở thành bị phỉ báng."

- Ts. Philippe Ngo

GIÁO TRÌNH CHƯỞNG TƯỚNG HỌC

Nội dung

Lời bạt   7
Lời nói đầu   9

QUYỂN 1

Chương một:
Lịch sử Chưởng Tướng Học   17

Chương hai:
Cấu trúc khái quát bàn tay theo Chưởng Tướng Học   50

Chương ba:
Các đường chỉ của bàn tay   63

Lời bạt

Bàn tay con người, một kiệt tác tinh tế của tạo hóa, ẩn chứa vô số bí ẩn về tính cách, vận mệnh và tiềm năng ẩn giấu. Ẩn sau những đường gò chằng chịt là cả một kho tàng tri thức về con người, hé mở những cánh cửa dẫn đến thế giới nội tâm và định hướng tương lai cho những ai dám tìm kiếm vận mệnh của chính mình.

Đây là cuốn sách dẫn dắt bạn khám phá hành trình đầy thú vị này. Từ những bước đầu tiên đặt chân vào thế giới Chỉ tay, bạn sẽ được trang bị kiến thức nền tảng vững chắc về lịch sử phát triển của bộ môn này, cùng những nguyên tắc cơ bản để giải mã các đường gò trên bàn tay.

Bên cạnh những đường chính, bạn còn được giới thiệu về các đường phụ, các gò và vùng trên bàn tay và những dấu hiệu đặc biệt trên bàn tay, giúp bạn có cái nhìn toàn diện hơn về bức tranh Chưởng tướng học như về các biểu tượng: Những dấu hiệu như chữ thập, tam giác, vòng tròn, đảo, v.v. ẩn chứa những ý nghĩa quan trọng về tính cách, vận mệnh và những sự kiện có thể xảy ra trong cuộc đời mỗi người.

Không chỉ dừng lại ở lý thuyết, cuốn sách còn cung cấp cho bạn những ví dụ thực tế sinh động, giúp bạn dễ dàng áp dụng kiến thức đã học vào thực tiễn. Bạn sẽ được hướng dẫn cách phân tích các kiểu bàn tay khác nhau, từ đó đưa ra những nhận định chính xác về tính cách, tiềm năng và những thách thức mà mỗi cá nhân có thể gặp phải trong cuộc sống.

Hành trình khám phá Chỉ tay không chỉ mang đến cho bạn những kiến thức thú vị mà còn là hành trình tự khám phá bản thân, thấu hiểu con người bên trong và định hướng tương lai một cách hiệu quả. Cuốn sách này sẽ là người bạn đồng hành đắc lực cho những ai đam mê Chỉ tay, mong muốn mở rộng hiểu biết về bản thân và những người xung quanh. Hãy sẵn sàng bước vào hành trình đầy bí ẩn và hấp dẫn này..

Ts. Nguyễn Huỳnh Thanh
Viện trưởng Viện Triết Học Phát Triển.

Lời nói đầu

Từ xa xưa, con người luôn quan tâm đến vận mệnh được thể hiện qua hình tướng từ khuôn mặt đến các đường chỉ tay để tìm kiếm số phận của mình. Trong các môn tiên đoán của Tây Phương, nhân tướng học được gọi là Somatomancy. Và với dạng thức tiên tri bằng hình dáng con người thì được chia ra làm mấy môn là tướng xương - cephalomancy, tướng tay - chiromancy, tướng chân - podomancy, tướng hạ thể - natimancy, tướng mặt -schematomancy. Trong tướng thuật Đông Phương còn có thêm một số dạng thức ngoài hình tướng, còn tâm tướng và tướng động tĩnh, thần khí sắc tướng,... Và để diễn tả sự phức tạp trong tướng thuật, thì giống như bước vào một khu rừng rậm mênh mông vô tận, phức tạp vô cùng. Nhưng tuy tướng thuật bác đại tinh thâm nhưng chúng ta vẫn có một số pháp để nắm bắt. Nên để hiểu tướng pháp cần phải hiểu rõ một vài điểm sau: Tướng từ tâm sinh, mệnh do tâm tải. Như nhà tướng thuật Hứa Phụ có nói: Hữu tâm vô tướng, tướng trục tâm sinh; hữu tướng vô tâm, tướng tùy tâm diệt. Nghĩa là có tâm không tướng thì tướng theo tâm mà sinh. Có tướng không tâm thì tướng theo tâm diệt. Đây là quan niệm chủ đạo để có thể bước chân vào tướng thuật. Có nhiều điểm tương đồng với ý niệm " chữ tâm ấy mới bằng chữ tài" của chúng ta. Quan niệm này ẩn hiện xuyên suốt bốn tác phẩm về tướng thuật kinh điển của Trung Hoa là Thái Thanh Thần Giám, Ngọc Quản Chiếu Thần Cục, Nguyệt Ba Động Trung Ký, Nhân Luân Đại Thống Phú. Nằm trong bộ Tứ Khố Toàn Thư. Sau này có thêm Thần Tướng Toàn Thiên của Trần Đoàn Lão Tổ. Các hệ thống tướng mệnh có thể phân chia thành các dạng như sau: Âm Dương Ngũ Hành là nguyên lý vận động tương tác căn bản nhất trong tướng thuật. Hiểu được nguyên lý là đã nắm hơn nửa tâm pháp. Sau khi có thể nắm rõ tư tưởng, nguyên lý thì mới bước tiếp nửa chân vào trong khu rừng tướng pháp. Chúng ta sẽ có muôn hình vạn trạng các lưu phái tướng thuật khác nhau từ cách cục đến mệnh lộc. Mà dựa vào Thần tướng Toàn Thiên có thể khái quát một vài lưu phái như sau: Lưu phái Ngũ Tinh, Lục Diệu, Ngũ Nhạc, Tứ Độc: Với Ngũ Tinh gồm: hỏa tinh - trán, thổ tinh - mũi, mộc tinh - tai phải, kim tinh - tai trái, thủy tinh - miệng. Lục Diệu: Tử Khí, La Hầu, Kế Đô, Nguyệt Bột, Thái Âm, Thái Dương lần lượt chỉ ấn đường, mày trái, mày phải, sơn căn, mắt phải, mắt trái.

Ngũ Nhạc gồm Hành Sơn, Hằng Sơn, Tung Sơn, Thái Sơn, Hoa Sơn chỉ trán, cằm, mũi, gò má trái, gò má phải. Tứ Độc là bốn con sông gồm Giang, Hà Hoài, Tế chỉ các nhánh, rãnh ở tai mắt miệng mũi. Lưu phái Cửu Diệu Thập Nhị Cung: Trong Thái Thanh Thần Giám có chép: Trên khuôn mặt có Cửu Diệu, với mũi thuộc kim, mắt thuộc mộc, tai thuộc thủy, miệng thuộc hỏa, má phải là la hầu, má trái là kế đô, chân mày là tử khí, nhân trung là nguyệt bột. Sau đó lại nói thêm, trên mặt người có 12 cung phân bổ như sau : Cung Mệnh tại Ấn Đường cho đến Cung Phúc Đức đóng ở tinh thần, địa giác, phúc đường.

Thuật ngữ Chiromancy với tiếng Latinh là chiromantia, là thuật ngữ phổ biến để chỉ thực hành xem tướng bàn tay ở châu Âu. Ghi chú về Chiromancy từ Eadwine Psalter được cho là viết vào khoảng năm 1160 sau Công nguyên là tư liệu viết về Chiromancy sớm nhất một cách độc lập, theo đó Eadwine là tu sĩ tại Nhà thờ Canterbury, đã gán ý nghĩa với các đường tạo nên tam giác trong lòng tay với các dấu hiệu và gò. Sau đó, có thể nhắc đến các tác phẩm như "Die Kunst Chiromantia" (1480) là cuốn sách đầu tiên dành riêng cho việc xem tướng bàn tay. Đây là một cuốn sách in khắc (mỗi trang được khắc trên một khối gỗ) chứa bốn mươi ba hình ảnh sơ đồ bàn tay trong đó hàm chứ hình vẽ vẽ các đường và dấu hiệu cụ thể mà còn có cả văn bản. Tác phẩm này này được cho là của bác sĩ Johannes Hartlieb (1410-1468) viết ở Munich. Tiếp đó, "Introdvctiones Apotelesmaticæ Elegantes, in Chyromantiam, Physiognomiam, Astrologiam Naturalem, Complexiones Hominum, Naturas Planetarum" (1522) là cuốn sách đầu tiên trình bày tổng quát về Chiromancy, Physiognomy và Chiêm tinh học trong sự tương quan cùng nhau. Linh mục và chiêm tinh gia người Đức Joannes ab Indagine (Johann Rosenbach hoặc von Hagen, 1467-1537), đã chứng minh rằng Chiromancy đã phát triển thành một hệ thống phức tạp hơn, trong đó bàn tay, như một tiểu vũ trụ, tương ứng với đại vũ trụ. Vào thời điểm đó, những người xem tướng bàn tay bắt đầu đặt tên cho các đặc điểm bàn tay khác nhau theo tên các thiên thể vì người ta tin rằng các đặc điểm này tương ứng với các phẩm chất được gán cho bảy hành tinh. Ludicrum Chiromanticum (1661) là tác phẩm thứ ba trong số các tác phẩm tiêu biểu về Chiromancy. Nó bao gồm nhiều văn bản khác nhau được viết bởi các học giả uyên bác, bao gồm Johannes Praetorius (Hans Schulze, 1630-1680) từ Leipzig, người đã biên soạn mười hai trăm trang lẻ, trong đó ba phần tư dành cho Chiromancy và phần tư cuối dành cho metoscopy (bói toán dựa trên các đường vân trên trán). Nhiều phần trong Ludicrum Chiromanticum được cấu trúc thông qua các từ viết tắt PALMA và CHIROMANTIA. Tiếp theo, là cuốn Les Mystères de la Main (Những Bí Mật của Bàn Tay) (1859) của Desbarrolles đã làm phong phú thêm việc xem tướng bàn tay bằng những luồng ý tưởng lấy từ Kabbalah, Chiêm tinh học và thần bí học. Desbarrolles đã thiết lập xu hướng đọc cho những người xem tướng bàn tay, trước tiên là xác định hình dạng bàn tay của một người và sau đó giải thích các đặc điểm trong lòng bàn tay của họ. Ngoài ra, còn có những ghi chép rải rác từ các nghiên cứu của Éliphas Lévi và Gérard Encausse (1865–1916), được biết đến nhiều hơn với bút danh Papus. Bên cạnh các nhà huyền học, còn có các nữ tiên tri bằng chỉ tay nổi tiếng là Madame de Thèbes và Madame Fraya, đã tạo dựng được tên tuổi trong lĩnh vực xem tướng bàn tay (chiromancy) tại Paris. Madame de Thèbes (Annette Savary, 1844–1916) là người kế thừa Desbarrolles. Madame Fraya (Valentine Dencausse, 1871–1954), đã tham gia vào các thí nghiệm do hai học giả thiết lập nhằm kiểm tra độ tin cậy của việc xem tướng bàn tay. Trong đó có Alfred Binet (1857–1911), giám đốc phòng thí nghiệm tâm lý học tại Sorbonne.

Năm 1929, nhà nghiên cứu bàn tay người Đức Julius Philipp Spier (1887-1942) đã giới thiệu thuật ngữ "Tâm lý học về Bàn tay" (Psychochirology) để phân biệt mình với những người xem tướng bàn tay truyền thống (chiromancers) và các nhà nghiên cứu bàn tay (chirologists). Theo Spier, xem tướng bàn tay truyền thống tập trung vào việc dự đoán vận mệnh, trong khi nghiên cứu bàn tay khoa học sử dụng hình dạng và đặc điểm trên lòng bàn tay để suy luận về tính cách và sức khỏe. Tâm lý học về Bàn tay, theo cách hiểu của Spier, không chỉ đơn thuần là đoán vận mệnh mà còn bổ sung thêm chiều kích tâm lý vào việc xem bàn tay. Là học trò của Carl Gustav Jung (1875-1961), Spier biến việc xem bàn tay thành một phương pháp giúp mọi người trở thành "bản chất con người thật sự của họ" (theo thuật ngữ Jung là "cá thể hóa"). Tin rằng mỗi người sở hữu tiềm năng độc đáo, mục đích của Spier là trao quyền cho họ phát triển hài hòa với cốt lõi bẩm sinh của bản thể. Bằng cách quan sát bàn tay, Spier giải mã điểm mạnh, điểm yếu về thể chất, cảm xúc và trí tuệ của một người. Sau đó, ông xác định "tiềm năng" của họ và liệu họ có đang phát triển phù hợp hay bị cản trở bởi giáo dục hoặc các yếu tố khác. Nói cách khác, phân tích bàn tay của Spier giúp phác họa bức chân dung tâm lý năng động của một người: trạng thái hiện tại so với tiềm năng của họ, từ đó tạo ra định hướng cho sự tự bộc lộ bản thân. Chỉ khi ai đó sẵn sàng nhận thức về bản thân, khẩu hiệu *"werde wer du bist*" *("hãy trở thành con người thật của bạn")* mới có thể được hiện thực hóa. Có thể thấy, cùng với sự phát triển của nhân loại, các phương thức tiếp cận số phận cũng biến đổi từ tiên đoán vận mệnh với các yếu tố ảnh hưởng bên ngoài đến khám phá thế giới nội tâm với tiềm năng bên trong để tự hoàn thiện chính mình. Có thể thấy, ai dám can đảm tìm kiếm vận mệnh của mình là người có thể tự hoàn thiện chính mình.

Chương một:

LỊCH SỬ CHƯỞNG TƯỚNG HỌC

Chưởng tướng học (Palmistry, Chiromancy, Chirology, Cheirology) là thực hành giả khoa học đoán mệnh qua nghiên cứu lòng bàn tay[1]. Loại thực hành này được tìm thấy trên khắp thế giới, với nhiều biến thể văn hóa[2]. Những người thực hành Chưởng tướng học nói chung được gọi là Chưởng tướng sư (palmists hay chirologists), hay đơn giản là người đọc bàn tay, người phân tích bàn tay[3]. Có rất nhiều - và thường xuyên mâu thuẫn - giải thích về các đường và đặc điểm cảm xúc khác nhau trong các giáo trình Chưởng tướng học. Chưởng tướng học được coi rộng rãi như một giả khoa học do nhiều mâu thuẫn giữa các giải thích khác nhau và thiếu bằng chứng cho các dự đoán của Chưởng tướng học[4].

---

[1] Sharma, Hari Dutta (1995). The A–Z of Palmistry. New Delhi: Sterling Publishers Pvt. Ltd. ISBN 978-81-207-1661-2.
[2] van Dijk-Rijneke, Magda. Universal Hand Analysis, 2017 Elmar Publishers ISBN 978-9038925912
[3] Chamorro-Premuzic, Tomas; Furnham, Adrian (2010). The Psychology of Personnel Selection. Cambridge University Press. p. 19. ISBN 978-0-521-86829-7. A more popular pseudoscience is chiromancy (or palmistry), the art of characterisation and foretelling the future through the study of the palm.
[4] Park, Michael Alan (1986). "Palmistry or HandJive?". In Frazier, Kendrick (ed.). Science Confronts the Paranormal. Prometheus. pp. 198–201. ISBN 978-1-61592-619-0.

LỊCH SỬ CHƯỞNG TƯỚNG HỌC

Chưởng tướng học là một thực hành phổ biến ở nhiều nơi khác nhau trên lục địa Á-Âu[5], nó đã được thực hành trong văn hóa của Sumer, Babylonia, Arabia, Canaan, Persia, Ấn Độ, Nepal, Tây Tạng và Trung Quốc. Yoshiaki Omura mô tả rằng nguồn gốc của nó là trong Chiêm tinh Ấn Độ (được gọi trong tiếng Phạn là Jyotish), Yijing ở Trung Quốc (I Ching), và các nhà đoán mệnh Roma[6]. Ở Trung Hoa, một trong những phương pháp chính của Chưởng tướng học là xem tướng tay Đạo giáo Trung Quốc, liên quan đến việc xem xét các hình dáng được tạo bởi các đường vân trên bàn tay và sau đó sử dụng Kinh Dịch để giải thích chúng. Ngoài ra, vì chữ viết Trung Quốc có tính biểu tượng nhiều hơn các ngôn ngữ châu Âu, nên các hình dạng đường tạo thành các ký tự rõ ràng và riêng biệt có thể dễ dàng được đọc từ bàn tay. Các truyền thống xem tướng tay Đạo giáo cho rằng có sự tương quan với các huyệt đạo và kinh lạc châm cứu và ngũ hành Kim, Mộc, Thủy, Hỏa, Thổ được sử dụng để phân loại hình dạng bàn tay và các đặc điểm khác của bàn tay. Bát quái và Kinh Dịch được đưa thêm vào hệ thống phân tích bàn

---

[5] Dwivedi, Bhorai (1970). Wonders of Palmistry. New Delhi: Diamond Pocket Books. ISBN 978-81-284-0099-5.
[6] Omura, Yoshiaki (2003). Acupuncture Medicine: Its Historical and Clinical Background. Dover Publications Inc. ISBN 978-0-486-42850-5.

tay của họ bằng cách phân bổ mỗi trong tám quái chính cho các khu vực cụ thể trên bàn tay được gọi là "Cung", giống như cách các nhà xem tướng tay châu Âu sau này phân bổ các hành tinh chiêm tinh cho các gò của bàn tay. Mỗi vùng của lòng bàn tay cũng được tương quan với mỗi trong bốn mùa. Ngón tay là biểu tượng của rồng và lòng bàn tay là biểu tượng của hổ. Đối với người Trung Quốc, điều quan trọng là rồng phải chế ngự được hổ; do đó, có ngón tay dài là dấu hiệu của trí thông minh, giàu có và sống tốt. Do đó, hình dáng của bàn tay không phải là không quan trọng đối với xem tướng tay Đạo giáo. Kích thước và hình dạng của bàn tay, màu sắc và độ đàn hồi của lòng bàn tay, tình trạng của các ngón tay và ngón cái đều được xem xét bên cạnh các đường vân, dấu hiệu và ký hiệu có thể tìm thấy trong lòng bàn tay. Tuy nhiên, trọng tâm vẫn chủ yếu đặt vào các dấu hiệu của vận may và số phận, mặc dù nằm trong bối cảnh của vũ trụ học Trung Quốc. Ba đường chính được gọi là Đường Thiên (đường tâm), Đường Nhân (đường trí) và Đường Địa (đường sinh mệnh), tương ứng với tài lộc, phúc đức, trường thọ.

Ở Ấn Độ vài ngàn năm trước, bậc thầy Hindu Valmiki[7] đã viết một cuốn sách gồm 567 câu thơ, tiêu đề của nó dịch sang tiếng Việt là "Giáo lý của Valmiki Maharishi về Chưởng tướng học nam giới" (The Teachings of Valmiki Maharishi on Male Palmistry)[8]. Từ thời cổ đại, Chưởng tướng học được coi là một nhánh của Samudrika Shastra (tiếng Phạn: सामुद्रिक शास्त्र)[9] bao gồm các nghiên cứu về các dấu hiệu trên cơ thể người như Chưởng tướng học (Chiromancy) gọi là *hast-samudrika*, cũng như Lô tướng học (Phrenology), tức là coi xương sọ, gọi là *kapal-samudrik* và thuật xem tướng (Physiognomy), tức là coi dáng đi, gọi là *mukh-samudrik*[10]. Từ Ấn Độ, nghệ thuật đọc lòng bàn tay lan ra Trung Quốc, Tây Tạng và các nước khác ở Châu Âu[11].

Theo kinh điển Phật giáo, khi vừa được sinh ra Thái tử Siddhartha đã được cha ngài là vua

---

[7] Dwivedi, Bhorai (1970). Wonders of Palmistry. New Delhi: Diamond Pocket Books. ISBN 978-81-284-0099-5.
[8] Sharma, Hari Dutta (1995). The A–Z of Palmistry. New Delhi: Sterling Publishers Pvt. Ltd. ISBN 978-81-207-1661-2.
[9] Modern Asian Studies Volume 41. Cambridge University Press. 2007. p. 504.
[10] Robert Svoboda & Hart De Fouw - Light On Life. Lotus Press. 2003. p. 14. ISBN 0-940985-69-1.
[11] Chinn, Sarah E. (2000). 'Technology and the logic of American racism'. Continuum. ISBN 978-0-8264-4750-0.

Suddhodana mời một vị tu sĩ có tên Asita, ông nổi tiếng với khả năng xem tướng đến thăm hoàng cung. Vua Suddhodana trọng thể đón tiếp và thỉnh cầu Asita xem tướng cho Thái tử. Khi Asita tiến đến gần, điều kỳ diệu xảy ra: Thái tử Siddhartha để lộ hình dáng với 32 tướng tốt. Nhìn thấy cảnh tượng phi thường này, Asita kinh ngạc thốt lên: "*Thái tử có 32 tướng tốt, đây là dấu hiệu cho thấy ngài sẽ tu hành đắc đạo thành Chuyển luân pháp vương hoặc trở thành một vị Chuyển luân thánh vương cai trị toàn cõi.*" Câu chuyện này có thấy rằng, thuật xem tướng mà trong đó có tướng tay đã xuất hiện rất sớm tại Ấn Độ. Kinh Lakkhaṇa[12] thuộc truyền thống Theravada nêu rõ về 32 tướng tốt và nguyên nhân của chúng, theo đó: "Dīghangulī hoti: Có ngón chân và ngón tay thiệt dài và nhọn như dùi trống" mà nguyên nhân là do "Kiếp trước kia, Như Lai thường xa lánh sự sát sanh, huỷ bỏ hình phạt và khí giới, ghê sợ tội lỗi, có lòng từ bi thương xót mọi người, thường giúp đỡ nhiều điều lợi ích. Do nhân lành ấy ...Khi tái sanh lại làm người mới được 3 tướng lạ là: gót thật dài; ngón tay và ngón chân thật dài; thân mình giống như thân mình trời Phạm Thiên. "Mudataruna hatthapādo hoti: Có lòng bàn tay và bàn chân mềm mại", "Jāla hatthapādo hoti: Lòng bàn tay và

---

[12] Kinh Lakkhaṇa, HT. Bửu Chơn Việt dịch, 2016.

bàn chân có chỉ giăng như lưới", nguyên nhân là do "Kiếp trước kia, khi Như Lai sanh làm người thường hay tế độ mọi người trong bốn điều là: bố thí, lời nói cho người thương mến, làm cho người được sự lợi ích, hạ mình bình đẳng (là không tự tôn tự đại). Do nhân lành ấy ...Khi tái sanh lại làm người thì được 2 tướng lạ là: lòng bàn tay, chân mềm như bông gòn; lòng bàn tay, chân có những chỉ như lưới giăng" "Thitako va anonamanto ubhohi pānitalehi jannukāni parimasati parimajjati: Có hai cánh tay thật dài, khi đứng dậy không cần cúi xuống cũng rờ đụng tới đầu gối", nguyên nhân là do "Kiếp trước kia, khi Như Lai sanh làm người thường hay suy xét tìm sự tiếp độ công chúng, tự mình biết được không cần ai chỉ bảo, hạng người này có đức lành bằng với hạng kia, biết rõ hạng người bậc hạ, trung, thượng để tiếp đãi cho phù hợp với trình độ, biết rõ đức lành của người này đáng thọ lãnh lễ vật cúng dường như thế này. Người kia thì nên lãnh lễ vật như thế kia, khi biết rõ như vậy Như Lai mới làm sự lợi ích tuỳ theo đức lành của mỗi bậc khác nhau. Do nhân lành ấy ...Khi Như Lai tái sanh lại làm người thì được 2 tướng tốt là: có thân mình đều đặn như cây gừa hay cây da, khi đứng khỏi cần phải cúi xuống nhưng 2 tay rờ đụng tới đầu gối".

"Sattussado hoti: Thịt trong 7 chỗ đều no đầy bằng

thẳng (thịt cần cổ, 2 lưng bàn tay, 2 lưng bàn chân, 2 bả vai)", nguyên nhân là do "Kiếp trước kia, khi Như Lai sanh làm người thường cho vật thực mặn, ngọt rất quý báu cao lương và các thứ nước ngọt đáng ưa thích (như nước trái xoài, chuối, trâm, viết, thanh trà v.v..). Do nhân lành ấy ...Khi tái sanh lại làm người mới được thịt trong 7 chỗ no đầy bằng thẳng".

Về 80 vẻ đẹp của Đức Phật, theo Luận Đại Trí Độ, Quyển 89, Phẩm Tứ Nhiếp thứ 78[13] của ngài Long Thọ, các vẻ đẹp liên quan đến tướng tay gồm có:

Tướng móng tay, chân như hoa đồng đỏ (世尊指爪狭长薄润妍。光洁鲜净如花赤铜。是为第一。), tướng ngón tay chân thon dài mềm mại (世尊手U足指圆覆纤长。[月庸鹿]直柔软节骨不现盥。是为第二), Tướng ngón tay chân đầy đặn không có chỗ hở

(世尊手足各等无差?。于诸y间悉皆负充密。是为第三), tướng tay chân đẹp như hoa sen
(世尊手U足圆满如意测。软净光泽ī色如莲华。是为第四), tướng gân mạch ẩn kín
(世尊筋?脉u盘结坚固深?隐不现。是为第五), tướng các đốt lóng tay tròn đều
(世尊支节渐次?[月*庸荔圆妙?善?安布。是第十二。),

---

[13] Thập Nhị Hảo Tướng, HT. Thích Huyền Tôn khảo dịch, 2013.

tướng chỉ văn trong sáng đẹp đẽ
(世尊隐处其文妙?好。威势?具足圆满清净。是第十五),
tướng tay chân đều đặn mềm mại
(世尊手U掌?充满柔软足下安平。是二十六),
tướng chỉ văn sáng rõ
(世尊手U文深?长明直润际泽ī不断。是二十七),
tướng tay chân hông ngực đều có đủ dấu hiệu tốt
lành(世尊手U足及胸臆前。俱有吉祥喜旋德相。文心同绮画色类朱丹。是第八十。善?现。是名八十随?好.)

Người ta cũng tin rằng Chưởng tướng học đã được biết đến và thực hành trong thời kỳ đầu của văn hóa Ả Rập. "Physionomy" hay "Firasa" được biết đến bởi người Ả Rập, điều này được chứng thực bởi một vài tham khảo trong Kinh Koran (ví dụ: XLVII.30) cho thấy sự chấp nhận chung về ý tưởng rằng hình thức bên ngoài của cơ thể tiết lộ trạng thái bên trong của một người. Một số thuật ngữ tiếng Ả Rập được sử dụng cho việc nghiên cứu bàn tay: "Ilm al Kaff" là thuật ngữ được sử dụng để nghiên cứu bàn tay nói chung, "*Ilm al Asarir*" là từ chỉ xem tướng tay hoặc nghiên cứu các đường chỉ tay. T Fahd, trong tác phẩm "*La Divination Arabe*" năm 1966, công bố đã tìm thấy các thuật ngữ được sử dụng trong một câu thơ của Maymun b. Qays al Asa, một người đương thời với

Nhà tiên tri Muhammad, có niên đại từ thế kỷ thứ 6 sau Công nguyên. Bản thảo về xem tướng tay bằng tiếng Ả Rập được biết đến là lưu giữ tại thư viện Vatican (Ms 938.14), Istanbul (Ms Koprulu 1601) và Beirut (Fac Or Ms 271 số 579). Một bộ luận về xem tướng tay bằng tiếng Ả Rập được lưu giữ ở Berlin (Ms Ahlwardt 4255-8) trích dẫn các tác giả châu Âu như Aquinas và Albertus Magnus, do đó niên đại sớm nhất của chúng là cuối thế kỷ XIII hoặc thậm chí là thế kỷ XIV.

Chưởng tướng học cũng tiến triển độc lập ở Hy Lạp nơi Anaxagoras thực hiện nó[14]. Aristotle (384–322 trước Công Nguyên) được cho là đã khám phá ra một tư liệu về đề tài Palmistry trên bàn thờ của Hermes, mà sau đó ông đã trình bày cho Alexander Đại đế (356–323 trước Công Nguyên), người đã rất quan tâm đến việc khám phá nhân cách của các tướng lĩnh của mình bằng cách phân tích các đường trên bàn tay của họ[15].

Kinh Thánh chứa một số đoạn đề cập đến việc xem tướng tay, cho thấy kiến thức về lĩnh vực này đã tồn tại từ rất sớm. Ví dụ: Xuất Ê-díp 13:9: "Nó

---

[14] Omura, Yoshiaki (2003). Acupuncture Medicine: Its Historical and Clinical Background. Dover Publications Inc. ISBN 978-0-486-42850-5.

[15] Benham, William George (1900). The Laws of Scientific Hand Reading: A Practical Treatise on the Art Commonly Called Palmistry. Putnam.

sẽ là một dấu hiệu trên bàn tay ngươi..." (Exodus 13:9 'And it shall be to you as a sign on your hand..') Châm Ngôn 3:16: "Trường thọ ở tay phải nàng, tay trái nàng có giàu sang và vinh hiển." (Proverbs 3:16 'Long life is in her right hand and in her left riches and honour.'). Gióp 37:7: "Ngài đóng ấn nơi bàn tay mỗi người, để mọi người đều biết việc Ngài làm." (Job 37:7 'He seals up the hands of every man that all men might know his work').

Đoạn văn trong Gióp có lẽ là đáng quan tâm nhất trong ba đoạn và được nhiều nhà xem tướng tay sử dụng qua nhiều thế kỷ để bảo vệ nghệ thuật của họ, nhằm cho thấy rằng việc nghiên cứu bàn tay là một thực hành hợp pháp được chấp thuận bởi kinh thánh. Ý nghĩa của đoạn trích này trong Gióp 37 là về cách sức mạnh của Chúa Trời được thể hiện trong tự nhiên và bản thân tự nhiên chỉ là sự biểu hiện sức mạnh của Ngài. Chính vì thế, nội hàm của đoạn văn là những dấu vết được đặt ở đó "để con người biết rằng họ được Chúa Trời tạo nên" hoặc "để con người biết họ được tạo nên từ gì", cả hai đều ngầm cho rằng việc nghiên cứu bàn tay sẽ dẫn đến sự thông thái và mối quan hệ đúng đắn với Chúa Trời. Chúa Trời hiện hữu trong mọi thứ; các dấu vết trên bàn tay là sự biểu hiện của Chúa Trời trong chúng ta.

Một tác giả nổi tiếng thời kỳ đầu là Johannes Philosophus hay 'John the Philosopher' (John Triết gia); các bản sao bản thảo của ông vẫn còn được lưu giữ, hai bản ở Bảo tàng Anh (Ms Harl 866 và Ms Harl 3353), hai bản ở Thư viện Bodleian (Ms Bodl 607 và Ms Ashmole 1471) và ít nhất ba bản ở các thư viện cao đẳng đại học khác tại Trinity College, Cambridge và tại Corpus Christi và All Souls College ở Oxford. Trong tác phẩm của mình, Johannes thảo luận chi tiết về các đường vân và gò chính của bàn tay, đồng thời phác thảo ý nghĩa của tất cả các dấu hiệu và đường quan trọng về vận may và rủi ro, tội ác, hình phạt và cái chết, những vấn đề liên quan đến giới tăng lữ cũng như mối quan tâm thường thấy đến các vấn đề về tệ nạn, tình dục và sinh con. Tác phẩm 'Tractatus Chiromancie' của ông viết bằng tiếng Latinh và chưa được dịch sang tiếng Anh, chỉ dài vài trang, viết về xem tướng tay.

Trong giai đoạn này, bản thảo cổ nhất được biết đến thuộc Summa Chiromantia bằng tiếng Anh được đặt tên là "A Smalle Tretise of Palmestrie" (Một Khảo Luận Nhỏ về Xem Tướng Tay) với mã số Ms Digby Roll IV, lưu giữ tại Thư viện Bodleian. Người ta cho rằng nó được viết vào đầu thế kỷ 15. Cuộn Digby có dạng cuộn giấy, dài bảy feet và rộng bảy inch, gồm phần giới thiệu với một hình vẽ bàn tay lớn, tiếp theo là phần chính của văn bản gồm hai cột và đi kèm với hai mươi lăm hình vẽ nhỏ hơn để minh họa các dạng đường vân và dấu hiệu khác nhau. Văn bản này được viết bởi một học giả lớn tuổi, có thể là một gia sư gia đình, theo yêu cầu của "vị quý tộc đáng kính" của ông, người đã yêu cầu ông viết ra tất cả những gì ông biết về xem tướng tay. Tác phẩm đề cập đến các đặc điểm chính của bàn tay cần được xem xét, bao gồm đường sinh mệnh, đường đầu, đường gan và dạ dày, đường bàn tay hoặc đường tình cảm (đường tim). Các ngón tay được chú thích là ngón trỏ, ngón giữa, ngón đeo nhẫn, ngón út và ngón cái. Ngoài ra, các gò và gốc ngón tay, ngón cái và lòng bàn tay cũng được xem xét. Phần chính của văn bản bắt đầu bằng ý nghĩa của Tam Giác bàn tay và các góc được tạo bởi ba đường vân khi chúng nối lại với nhau. Một Tam Giác được hình thành tốt, hoặc có một dấu thập bên trong, biểu thị một thể chất khỏe mạnh, lòng tin, lý trí, sự thịnh vượng và danh tiếng, tài sản trên thế giới. Một Tam Giác hình thành kém, hoặc một Tam Giác có các góc không đầy đủ, cho thấy một tính cách dối trá và lừa lọc, ít đức tin. Phần lớn phần còn lại của văn bản tiếp tục liệt kê ý nghĩa của các đường và dấu hiệu khác nhau được tìm thấy trên các gò hoặc trong lòng bàn tay. Đặc biệt, nhiều trong số này liên quan đến các tai họa khác nhau như tù tội, nghèo đói, mất mát và bản chất và cách thức chết. Các ví dụ được đưa ra bao gồm chết vì hỏa hoạn, chết do kẻ thù, chết do ngã, chết đuối, chết treo cổ, chết vì dao kiếm hoặc thép hoặc vết thương chí mạng và chết khi sinh nở! Các dấu hiệu của danh vọng và tài sản cũng được ghi lại, cả về các dấu hiệu trên ngón cái, cho bạn biết bạn sẽ có được sự giàu có và tài sản của mình trong giai đoạn nào của cuộc đời, nhưng cũng liên quan đến thứ được gọi từ thời Victoria là đường Apollo. Một đường dài từ lòng bàn tay lên đồi ngón áp út cho thấy sự thăng chức, kiến thức và học vấn. Móng tay cũng được quan tâm đến các vấn đề về sức khỏe, cả về hình dạng và màu sắc, vì chúng được coi là dấu hiệu cho thấy chất lượng sức sống tự nhiên của một người.

Cuốn Digby 88, bản thảo cùng thời kỳ xác nhận nhiều mối quan tâm về xem tướng tay của thế kỷ 15. Cuốn này được viết bằng tiếng Latinh và tiếng Anh Trung cổ, có niên đại từ khoảng năm 1450 và chủ yếu là một văn bản về Chiêm tinh học nhưng cũng chứa phần nhỏ về xem tướng tay và tướng mặt. Văn bản có năm hình vẽ bàn tay, được đánh dấu bằng các dạng đường vân khác nhau và cách giải nghĩa của chúng. Chúng ta thấy cùng một sự quan tâm đến Tam Giác và vị trí của các dấu thập và các dấu hiệu khác nhau, bao gồm cả những dấu hiệu cho thấy danh vọng và tài sản. Ở đây, bàn tay trái được xem cho phụ nữ trong khi bàn tay phải được xem cho nam giới. Trên hai trong số các hình vẽ, chúng ta thấy những dòng chữ sau được viết trên hoặc giữa các ngón tay. Bản Thảo Digby 88, Tờ 44: Biểu đồ bàn tay với các dự đoán cho phụ nữ được viết theo chiều dọc dọc theo và giữa các ngón tay. Trên ngón trỏ, phía trên một dấu thập: "'Dấu thập báo hiệu sự tôn kính của phụ nữ trong tôn giáo như viện trưởng và nữ tu trưởng và ở những phụ nữ khác có sự tôn kính tuyệt vời'". Giữa ngón trỏ và ngón giữa: "'Nếu đường tình cảm này đi giữa hai ngón tay này, nó báo hiệu cái chết khi sinh nở của người phụ nữ'". Trên ngón giữa phía trên một đường ngang: "'Vết này báo hiệu một người phụ nữ không yêu thích bất kỳ điều tốt đẹp nào trên thế giới nhưng yêu thích sự thánh thiện'". Giữa ngón giữa và ngón áp út: "'Một người phụ nữ có ngón tay cái to có trí thông minh rộng rãi nhưng giá trị lại ít'. Trên ngón áp út phía trên bốn đường thẳng đứng: "'Bao nhiêu đường thẳng đứng thì người phụ nữ sẽ có bấy nhiêu người chồng'". Giữa ngón áp út và ngón út phía trên bốn đường thẳng đứng và bốn đường ngang: "'Bao nhiêu đường thẳng đứng như của cô ấy thì sẽ có bấy nhiêu con trai và bao nhiêu đường ngang thì có bấy nhiêu con gái'". Trên ngón út phía trên ba đường thẳng đứng và một đường thẳng đứng dài hơn: "'Những đường này cho biết cô ấy là một người phụ nữ bình thường và đường kẻ lớn cho biết rằng cô ấy không còn trinh nữ'".

Bản Thảo Digby 88, Tờ 45b: Biểu đồ bàn tay với các dự đoán cho nam giới được viết theo chiều dọc dọc theo và giữa các ngón tay: Trên ngón trỏ phía trên một dấu thập và ba đường ngang: "'Dấu thập báo hiệu sự tôn kính và uy nghi vì họ nên là giám mục và các đường kẻ khác là vết thương ở đầu'". Giữa ngón trỏ và ngón giữa: "'Đường Mensal này giữa hai ngón tay này báo hiệu cái chết của một người đàn ông do một vết thương hoặc là bệnh ly ra máu'". Trên ngón giữa: "'Nếu đường này không bắt đầu ở đâu và không kết thúc ở đâu, nó báo hiệu tội lỗi chết người hoặc cái chết đột ngột'". Giữa ngón giữa và ngón áp út phía trên một đường thẳng đứng: "'Đường này báo hiệu sự ngu ngốc và thiếu thông minh ở nam hay nữ khi thề nguyện'". Trên ngón áp út phía trên một đường thẳng đứng: "'Đường này báo hiệu sự tôn kính và sung túc về mọi của cải'". Giữa ngón áp út và ngón út phía trên một đường thẳng đứng: "'Đường này giữa hai ngón tay này báo hiệu sự tôn kính rất lớn cho cả nam và nữ'". Trên ngón út phía trên ba đường ngang và hai đường cong: "'Bao nhiêu đường ngang như một người đàn ông có thì bấy nhiêu người vợ và các vết khác báo hiệu vết thương ở đầu'".

Tác phẩm khác về Chiromany là Bản thảo Metham, với tác giả là John Metham ở Norfolk, được cho là được viết vào khoảng năm 1449. Hiện nay, hai bản sao của bản thảo vẫn còn tồn tại, một bản được lưu giữ tại thư viện Đại học Princetown ở Hoa Kỳ và bản còn lại ở All Soul's College Oxford. Tác phẩm này hoàn toàn phong phú hơn so với Digby 88 hoặc Digby Roll IV, vì nó dài hơn và xem xét cả chiêm tinh của các ngón tay cũng như xem xét chi tiết hơn các đường trên bàn tay. Vẫn nhấn mạnh vào Tam Giác và Tứ Giác và các dấu hiệu khác nhau trên bàn tay cho biết hôn nhân, con cái, tài sản và cái chết. Nhưng có nhiều hơn về ý nghĩa của đường Tình cảm, bao gồm cả khẳng định rằng nó bắt nguồn từ dưới ngón trỏ. Ngoài ra, còn có phần thảo luận về móng tay và ngón tay, các gò và các khớp ngón, và xem xét đường Thổ Tinh và các đường song song trong bàn tay. Giống như Ms Digby 88, bàn tay phải được xem cho nam và bàn tay trái được xem cho nữ và giống như Ms Digby Roll IV, các ngón tay được gọi là ngón trỏ, ngón giữa, ngón đeo nhẫn, ngón út và ngón cái. Trong khi Ms Digby 88 và Ms Digby Roll IV đều không sử dụng bất kỳ biểu tượng chiêm tinh nào, thì trong các bản thảo Metham, chúng ta thấy rằng các ngón tay được giao cho các vị thần Chiêm tinh cai quản. Đây có lẽ là bản thảo hiện còn tồn tại sớm nhất thể hiện rõ ràng nỗ lực tương quan chiêm tinh học và xem tướng tay bằng cách đặt biểu tượng chiêm tinh vào trong bàn tay. Ngón cái được cho là do sao Kim cai quản, ngón trỏ do sao Mộc cai quản và ngón giữa do sao Thổ cai quản, giống như thuật xem tướng tay hiện đại. Nhưng ngón đeo nhẫn được cho là do sao Thủy cai quản trong khi ngón út do sao Hỏa cai quản. Các đường trên bàn tay được mô tả chi tiết. Đường Sinh Mệnh liên quan đến trạng thái của tim, 'đường trí' liên quan đến não và đường Tình cảm liên quan đến '... đời sống riêng tư của đàn ông và phụ nữ nói chung'. Giống như Ms Digby Roll IV, Metham cũng liên kết độ dài của đường Giữa (đường Đầu) với tuổi thọ và trường thọ.

Văn bản tiếng Đức sớm nhất được biết đến có niên đại từ giữa thế kỷ 15, "Die Kunst Chiromantia" của Johannes Hartlieb. Mặc dù được viết vào khoảng năm 1448, nó không được in ấn cho đến khoảng năm 1475. Nó bao gồm 45 hình minh họa bàn tay với các đường kẻ được vẽ tay và các dấu hiệu và đường, cùng với những cách giải nghĩa ngắn gọn về ý nghĩa của chúng. Đây được xem là tác phẩm in đầu tiên được sản xuất trong lịch sử xem tướng tay. Trong phép thuật Phục hưng, Chưởng tướng học (được biết đến với tên "chiromancy") được phân loại là một trong bảy "nghệ thuật bị cấm", cùng với necromancy (thuật triệu hồn), geomancy (thổ pháp hay bói đất), aeromancy (không pháp hay bói gió), pyromancy (hoả pháp hay bói lửa), hydromancy (thuỷ pháp hay bói nước), và spatulamancy (hiện đại là scapulimancy, tức là cốt pháp hay bói xương)[16]. Trong thế kỷ 16, nghệ thuật Palmistry đã bị Giáo hội Công giáo chặn đứng mạnh mẽ. Cả Giáo hoàng Paul IV và Giáo hoàng Sixtus V đã ban bố các sắc lệnh của Giáo hoàng chống lại các hình thức bói toán, bao gồm Chưởng tướng học[17].

Jean Baptiste Belot là một nhà chưởng tướng học nổi tiếng nhất vào thời kỳ tiền-phục hồi, người Pháp thế kỷ 17, chuyên nghiên cứu về việc đọc chỉ tay. Các tác phẩm nổi tiếng của ông là "Instruction Familiere et tres facile pour apprendre les sciences de chiromance et physiognomie", "Les

---

[16] Johannes Hartlieb (Munich, 1456) The Book of All Forbidden Arts; quoted in Láng, p. 124.
[17] Byrne, Laura (8 October 2013). "Palm Reading". 1000 Things. Royal Academy of Fine Art in The Hague. Retrieved 10 November 2020.

Oeuvres de Jean Belot". Hệ thống của Belot kết hợp các yếu tố Chiêm tinh học và Kabbalah; một truyền thống huyền bí Do Thái. Belot liên kết các hành tinh và cung hoàng đạo với các đặc điểm ngoại hình và tin rằng những ảnh hưởng này được phản ánh trong các đường chỉ tay và hình dạng của bàn tay. Belot tham chiếu đến mười Sephirot và Cây Sự Sống, một biểu tượng trung tâm của Kabbalah. Ông thậm chí còn trích dẫn Rabbi Abraham ben Ezra, một nhân vật nổi tiếng về Kabbalah, vì thế Belot đề xuất khái niệm "Ba thế giới" thể hiện trên bàn tay, có thể liên quan đến các chiều kích tâm linh được khám phá trong Kabbalah. Ông cũng nhấn mạnh mối liên hệ chiêm tinh với cơ thể, ngày sinh, tính khí và thậm chí là di truyền được khám phá thông qua việc xem tướng bàn tay. Ông thậm chí còn liên kết các đặc điểm của bàn tay với việc tìm ra thiên thần hộ mệnh của mỗi người.

Chưởng tướng học đã trải qua sự phục hồi trong thời đại hiện đại bắt đầu với công bố của Đại úy Casimir Stanislas D'Arpentigny's "La Chirognomie" vào năm 1839[18]. Cùng thời điểm một nhà huyền học người Pháp khác đã tích cực hoạt động trong lĩnh vực này, gây được tiếng vang

---

[18] Chinn, Sarah E. (2000). 'Technology and the logic of American racism'. Continuum. ISBN 978-0-8264-4750-0.

lớn ở Pháp, là Adolphe Desbarrolles. Adolphe Desbarrolles (1801 - 1886) là một họa sĩ và nhà chưởng tướng học người Pháp, được coi là cha đẻ của Chưởng tướng học hiện đại[19], là một học trò và bạn của nhà huyền học Éliphas Lévi[20], cha đẻ của huyền học hiện đại. Ông cũng là bạn với Alexandre Dumas; người mà sau khi đọc lòng bàn tay của ông, Desbarolles kết luận rằng ông sẽ chết ở tuổi 104, sau một trận đấu kiếm[21]. Desbarolles kết hôn và từ cuộc hôn nhân này có một người con gái, Marthe Desbarolles, người cũng trở thành một nhà nghiên cứu chữ viết và tiếp tục công việc của ông. Ông để lại cuốn sách kinh điển đầu tiên về chưởng tướng học hiện đại, xuất bản 1860, tên là "Les mystères de la main révélés et expliqués, art de connaître la vie, le caractère, les aptitudes et la destinée de chacun d'après la seule inspection des mains " hay còn được biết với tên là

---

[19] Some Palmistry History Archived 29 December 2007 at the Wayback Machine

[20] Rittersporn, Gábor T. (15 September 2009). "Un patrimoine sous influencesÉlisabeth ANSTETT, éd". Cahiers du monde russe. 50 (2–3). doi:10.4000/monderusse.9800. ISSN 1252-6576.

[21] "Le Nozze di Figaro". Le Nozze di Figaro. 2012. doi:10.5040/9781350895102.

"Chiromancie nouvelle" (Tân Chưởng tướng học)[22].

Tranh biếm hoạ cảnh Desbarolles xem chỉ tay cho Vua Ma-Rốc, vẽ bởi Honoré Daumier trên tờ báo Le Charivari, 13 tháng 12 năm 1859

Sau đó, Hội Chưởng tướng học Luân Đôn (The London Cheirological Society) của Đại Anh Quốc (Great England) được thành lập tại London bởi Katharine St. Hill vào năm 1889 với mục tiêu tuyên bố là nâng cao và hệ thống hóa nghệ thuật Palmistry và ngăn chặn những kẻ lừa đảo lạm

---

[22] "Les mystères de la main révélés et expliqués, art de connaître la vie, le caractère, les aptitudes et la destinée de chacun d'après la seule inspection des mains (chiromancie nouvelle)" (1860), Paris, Dentu, 624 p.

dụng nghệ thuật này[23]. Đây là hội đầu tiên trên thế giới về lĩnh vực này, với mục tiêu rõ ràng là nghiên cứu tất cả các khía cạnh của phân tích bàn tay và nâng tầm nghiên cứu bàn tay lên thành nghiên cứu khoa học. Đến năm 1892, với hơn 50 thành viên, hội đã đủ uy tín để xuất bản tạp chí riêng, "The Palmist" (sau này đổi tên thành "The Palmist's Review") với sự hỗ trợ của Charles Rideal, chủ sở hữu Nhà xuất bản Roxburghe. Tạp chí được phân phối rộng rãi và thậm chí còn được bán ở các hiệu sách WH Smith và các sạp báo trong ga tàu. Hệ thống thi cử do Hội thiết lập giúp nâng cao tiêu chuẩn trong lĩnh vực nghiên cứu bàn tay cũng như nâng cao vị thế của môn nghệ thuật này.

Katherine St Hill đã viết ít nhất ba cuốn sách về Chưởng tướng học, cuốn đầu tiên là "The Grammar of Palmistry" (Ngữ pháp của Chưởng tướng học) xuất bản năm 1889, được coi

---

[23] The London Cheirological Society. (2000). "The London Cheirological Society", Official website of The London Cheirological Society.

như sách giáo khoa cơ bản cho các lớp học và hướng dẫn. Nó bao gồm những bài giảng cơ bản của D'Arpentigny và Desbarolles, đồng thời bà cũng phác thảo ra các phẩm chất tâm lý, đức tính và tật xấu khác nhau, cho biết dấu hiệu của chúng thể hiện như thế nào trên bàn tay. Do thời điểm đó chưa có phương pháp dễ dàng để lấy dấu tay đẹp, mặc dù bà cũng gợi ý việc lấy dấu thạch cao, nhưng bà kiên quyết thúc giục việc rèn luyện thói quen vẽ phác thảo chi tiết các bàn tay để lưu giữ một bộ sưu tập các bản sao trung thực. Cuốn sách thứ hai của bà, "The Hands of Celebrities" (Bàn tay của Người nổi tiếng) xuất bản năm 1896, là tuyển tập các bản vẽ tay và giải nghĩa ban đầu được in trên các ấn phẩm trước đó của tạp chí hội. Chúng bao gồm bàn tay của các nghệ sĩ giải trí, cảnh sát, thẩm phán, bác sĩ và thậm chí cả kẻ giết người. Bà cũng đưa vào bàn tay từ các nghiên cứu của mình tại Viện Điều dưỡng Dartford và Bệnh viện Victoria dành cho trẻ em, bà đưa ra các ví dụ về bàn tay của những người bị điên và ngớ ngẩn cũng như các trường hợp bị bại liệt và bệnh bạch hầu. Tác phẩm thứ ba của bà, "The Book of the Hand" (Cuốn sách về Bàn tay) xuất bản năm 1927 là một tác phẩm gồm ba tập, trong đó nhấn mạnh hơn nữa việc phân tích y tế từ bàn tay. Tập đầu tiên phác thảo toàn bộ chủ đề về Chưởng tướng học và đề xuất các cách thức khác nhau mà nghiên cứu về bàn tay có thể được áp dụng hữu ích trong xã hội, đặc biệt là trong các lĩnh vực giáo dục và định hướng nghề nghiệp. Tập thứ hai đề cập đến các dấu hiệu y tế trên bàn tay, trong khi tập thứ ba là bài luận về chiêm tinh học. Cuốn sách cuối cùng này là tác phẩm toàn diện nhất trong tất cả các tác phẩm của bà, nhưng phải nói rằng, bất chấp sự cống hiến và nhiệt tình không ngừng nghỉ của bà

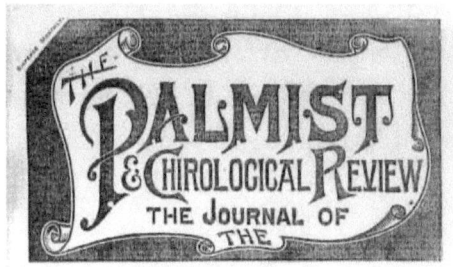

để theo đuổi sự phát triển của thông tay học, phần lớn những gì bà nói đều chịu ảnh hưởng nhiều từ D'Arpentigny và Desbarolles.

Bìa tờ báo The Palmist and Chirological Review của Hội Chirological Society

Edgar de Valcourt-Vermont (Comte C. de Saint-Germain) đã thành lập Hội Chirological Mỹ vào năm 1897[24]. Một nhân vật then chốt trong phong trào Chưởng tướng học hiện đại là người Ireland có biệt hiệu là Cheiro. Sau khi học hỏi dưới sự chỉ dạy của các Guru ở Ấn Độ, ông đã thành lập và thực hành nghề đọc lòng bàn tay tại London và có rất nhiều người theo dõi nổi tiếng từ khắp nơi trên thế giới, bao gồm các ngoại hạng như Mark Twain, W. T. Stead, Sarah Bernhardt, Mata Hari, Oscar Wilde, Grover Cleveland, Thomas Edison, Hoàng tử xứ Wales, Tướng Kitchener, William Ewart Gladstone, và Joseph Chamberlain. Cheiro nổi tiếng đến nỗi thậm chí những người không tin vào huyền bí cũng đến để anh ta đọc lòng bàn tay của họ. Người hay hoài nghi Mark Twain viết trong cuốn sách khách hàng của Cheiro rằng anh ấy đã "phơi bày nhân cách của tôi trước mặt tôi với sự chính xác đầy thuyết phục"[25]. Cuốn sách quan trọng nhất của ông cũng được Cheiro xuất bản năm 1916 tên là "Palmistry for All"[26].

Edward Heron-Allen, một chuyên gia đa lĩnh vực người Anh, đã xuất bản nhiều tác phẩm bao

---

[24] Guiley, Rosemary (2006). The Encyclopedia of Magic and Alchemy. New York: Facts On File. pp. 240–241. ISBN 1438130007.
[25] Chinn, Sarah E. (2000). 'Technology and the logic of American racism'. Continuum. ISBN 978-0-8264-4750-0.
[26] Cheiro (1916). Palmistry for All at Project Gutenberg

gồm cuốn sách năm 1883, "Palmistry: A Manual of Cheirosophy", vẫn còn được in ngày nay[27]. Có những nỗ lực nhằm tìm ra một loại cơ sở khoa học cho nghệ thuật này, đáng kể nhất là trong ấn phẩm in năm 1900 "The Laws of Scientific Hand Reading" của William Gurney Benham[28]. Benham đi trước nhiều nhà xem chỉ khác thời đại của mình ở một khía cạnh: ông đặc biệt quan tâm đến việc không nên đọc bất kỳ đặc điểm nào của bàn tay một cách biệt lập, mà luôn phải xem xét nó liên quan đến tất cả các đặc điểm khác. Ông nhấn mạnh rằng điều này đặc biệt đúng đối với các đường chỉ tay và do đó, ông là tác giả đầu tiên từ bỏ bất kỳ tàn dư nào của cách tiếp cận "dấu hiệu cố định" thời trung cổ và phát triển một phương pháp luận hữu cơ và tổng hợp hơn. Về các đường chỉ tay nói chung, giống như nhiều nhà xem chỉ trước ông, chúng được trình bày với một bộ sưu tập khổng lồ các bản vẽ nhỏ về những dạng đường kỳ lạ, khó xảy ra và chưa từng thấy trước đây. Tuy nhiên, hoàn toàn không có minh họa dấu vân tay về các dạng đường mà ông mô tả, điều này chỉ dẫn đến gợi ý rằng phần này của

---

[27] Heron-Allen, Edward (2008). Palmistry – A Manual of Cheirosophy (reprint ed.). Baltzell Press. ISBN 978-1-4437-6535-0.

[28] "Palmistry: Origins & History"

cuốn sách, tốt nhất, chỉ mang tính lý thuyết. Do cách tiếp cận "tổng hợp" của ông đối với bàn tay, ông dành rất nhiều thời gian để mô tả các tổ hợp đường khác nhau (chứ không phải các dấu hiệu cố định) - và sau đó đưa ra một "ý nghĩa" rất cụ thể cho tổ hợp này. Một trong những ý tưởng mà Benham trình bày, và là "triết lý" cơ bản cho cách giải thích các đặc điểm khác nhau của bàn tay của ông, là ý tưởng của ông cho rằng các đường là biểu hiện của "dòng năng lượng" trong lòng bàn tay, có lẽ lấy cảm hứng từ bức tranh của Michelangelo về Đức Chúa Trời ban sự sống cho Adam trên trần nhà của Nhà nguyện Sistine ở Rome. Benham quan niệm rằng "năng lượng sức sống" đi vào bàn tay qua ngón trỏ của người đó và sau đó "di chuyển" xuống ba đường chính của bàn tay đến cổ tay, sau đó quay trở lại bàn tay qua các đường thứ cấp. Ý tưởng này rõ ràng là hoàn toàn không có bất kỳ cơ sở thực nghiệm nào, nhưng nó đã ảnh hưởng đến nhiều thế hệ nhà xem Chỉ Tay kể từ đó.

Năm 1970, Parker Brothers đã xuất bản một trò chơi do Maxine Lucille Fiel thiết kế có tên là "Touch-Game of Palmistry" cho phép người chơi có "đọc bàn tay và phân tích" thông qua việc lựa chọn các lá phù hợp với các đặc điểm bàn tay được chỉ định[29]. Phê phán về Chưởng tướng học thường dựa trên sự thiếu hụt bằng chứng mang tính kinh nghiệm hỗ trợ hiệu quả của nó. Tài liệu khoa học trước đây thường coi Chưởng tướng học là một niềm tin giả khoa học hoặc mê tín[30]. Nhà hoài nghi nổi tiếng Ray Hyman đã viết: *"Tôi bắt đầu đọc lòng bàn tay khi tôi còn tuổi teen như một cách để bổ sung cho thu nhập của tôi từ việc làm các buổi biểu diễn ma thuật và tâm thần. Khi tôi bắt đầu tôi không tin vào Chưởng tướng học. Nhưng tôi biết rằng để "bán" nó tôi phải hành động như thể tôi đã làm. Sau một vài năm tôi đã trở thành một người tin tưởng vững chắc vào Chưởng tướng học. Một ngày kỳ lạ Stanley Jaks, người là một nhà ảo thuật chuyên nghiệp mà tôi kính trọng, đã khéo léo gợi ý rằng nó sẽ tạo ra một thí nghiệm thú vị nếu tôi cố ý đưa ra các bản đọc ngược lại với những gì các đường chỉ ra. Tôi đã thử việc này với một số khách hàng. Đến sự ngạc nhiên và sợ hãi của tôi, các bản đọc của tôi vẫn thành công như trước đây. Từ đó tôi đã quan tâm đến những lực lượng mạnh mẽ đã thuyết phục chúng ta, người đọc và khách hàng, rằng một cái*

---

[29] "Maxine L. Fiel obituary". Post Star. Glens Falls, New York. 28 April 2020.

[30] Preece, P. F.; Baxter, J. H. (2000). "Scepticism and gullibility: The superstitious and pseudo-scientific beliefs of secondary school students". International Journal of Science Education. 22 (11): 1147–1156. Bibcode:2000IJSEd..22.1147P.

gì đó đúng khi thực sự nó không phải như vậy."³¹.
Những người hoài nghi thường đưa Chưởng
tướng học vào danh sách những người tâm linh
tuyên bố đang thực hành đọc nguội³². Đọc nguội
(Cold reading) là thực hành cho phép người đọc
các hình thức tiên đoán, bao gồm cả Chưởng
tướng học, bằng cách sử dụng đoán chỗ có xác
suất cao và suy luận chi tiết dựa trên tín hiệu hoặc
dấu hiệu từ người khác³³. Mặc dù một số người
Kitô giáo lên án Chưởng tướng học như một hình
thức của bói toán, truyền thống Do Thái và Kitô
giáo chủ yếu là thờ ơ về bói toán nói chung³⁴.
Trong thế kỷ 16, Giáo hội Công giáo đã lên án việc
thực hành Chưởng tướng học³⁵. Tuy nhiên, có một
truyền thống dài về việc thực hành Chưởng tướng
học trong cả Do Thái và Kitô mật giáo (Christian

---

[31] Hyman, Ray (1976–77). "Cold Reading: How to Convince Strangers That You Know All about Them". Zetetic. 1 (2): 18–37.

[32] Vernon, David (1989). Donald Laycock; David Vernon; Colin Groves; Simon Brown (eds.). Skeptical – A Handbook of Pseudoscience and the Paranormal. Canberra: Imagecraft. p. 44. ISBN 0-7316-5794-2.

[33] Steiner, Bob. (2002). Cold Reading. In Michael Shermer. The Skeptic Encyclopedia of Pseudoscience. ABC-CLIO. pp. 63–66. ISBN 1-57607-654-7

[34] Jones, Lindsay, ed. (2005). Encyclopedia of Religion (2nd ed.). Detroit: Macmillan Reference. p. 2373. ISBN 978-0028657332.

[35] Byrne, Laura (8 October 2013). "Palm Reading". 1000 Things. Royal Academy of Fine Art in The Hague. Retrieved 10 November 2020.

mysticism)³⁶, và một số nhà thực hành, như Comte C. de Saint-Germain, đã lập luận rằng Kinh thánh không có chi tiết nào phản đối nghệ thuật này³⁷.

Quan điểm hiện đại về Chiromancy, được C.G. Jung nhận định trong đoạn trích giới thiệu về cuốn sách The Hands of Children của Julius Spier (1944): *"Chiromancy là một nghệ thuật có từ thời xa xưa. Các bác sĩ thời cổ không ngần ngại sử dụng các hệ thống hỗ trợ như Chiromancy và chiêm tinh học cho mục đích chẩn đoán và dự đoán, như được minh họa trong cuốn sách của Bác sĩ Goclenius, người sống vào cuối thế kỷ 16 tại Würzburg. Sự trỗi dậy của khoa học tự nhiên và đi kèm với nó là chủ nghĩa duy lý vào thế kỷ 18 chịu trách nhiệm cho việc đối xử khinh thường và phỉ báng những nghệ thuật cổ xưa này, vốn có thể tự hào về lịch sử hàng nghìn năm. Điều này dẫn đến việc bác bỏ mọi thứ mà một mặt thách thức sự giải thích hợp lý và kiểm chứng bằng thực nghiệm, hoặc mặt khác, đòi hỏi quá nhiều vào trực giác. Do sự không chắc chắn và nghèo nàn của kiến thức khoa học trong thời Trung cổ, ngay cả những nhà tư tưởng tận tâm cũng có nguy cơ sử dụng trực giác của họ để thúc đẩy mê tín dị đoan hơn*

---

[36] Roth, Cecil, ed. (1972). Encyclopaedia Judaica. New York: Macmillan. pp. 478–480.

[37] Saint-Germain, Comte C. de (1935). Practical Palmistry: Hand Reading Simplified (New illustrated ed.). Chicago: Albert Whitman. pp. 18–19.

là khoa học. Do đó, tất cả các chuyên luận thời kỳ đầu, đặc biệt là thời Trung cổ, về chủ đề này đều là một mớ bòng bong rối rắm của các sự kiện theo kinh nghiệm và hoang đường. Để thiết lập một phương pháp khoa học và đạt được những kết quả đáng tin cậy, trước hết cần phải loại bỏ tất cả những phương pháp phi lý trí này. Tuy nhiên, vào thế kỷ 20, sau hai trăm năm tiến bộ khoa học chuyên sâu, chúng ta có thể mạo hiểm hồi sinh những nghệ thuật gần như bị lãng quên này, những thứ đã tồn tại một cách khinh miệt trong bóng tối; và chúng ta có thể mạo hiểm kiểm tra chúng dưới ánh sáng của kiến thức hiện đại để tìm kiếm những sự thật có thể.

Quan niệm toàn thể của sinh học hiện đại, dựa trên bằng chứng của vô số quan sát và nghiên cứu, không loại trừ khả năng rằng bàn tay, có hình dạng và chức năng gắn liền mật thiết với tâm lý, có thể cung cấp những biểu hiện tiết lộ và do đó có thể diễn giải được về đặc điểm tâm lý, nghĩa là tính cách của con người. Khoa học hiện đại ngày càng từ bỏ quan niệm thời Trung cổ về sự tách biệt của thân thể và tâm trí, và giống như cơ thể theo quan điểm của khoa học không phải là thứ gì đó mang tính cơ học hay hóa học, thì tâm trí dường như chỉ là một khía cạnh khác của cơ thể sống. Do đó, những kết luận liên quan đến một trong hai dường như nằm trong phạm vi hoạt động của khoa học. Tôi đã có một vài cơ hội để quan sát ông Spier làm việc và phải thừa nhận rằng những kết quả ông đạt được đã gây ấn tượng sâu sắc cho tôi. *Phương pháp của ông, mặc dù chủ yếu dựa vào trực giác, nhưng lại dựa trên một kho kinh nghiệm thực tế rộng lớn. Những kinh nghiệm theo kiểu này có thể được hợp lý hóa đến một mức độ lớn, nghĩa là,chúng có thể được giải thích hợp lý sau khi có sẵn. Tuy nhiên, cách thức thu thập chúng phụ thuộc vào một trực giác được phân biệt tinh tế ở những điểm quyết định nhất, ngoài thói quen, vốn ngụ ý tài năng đặc biệt của cá nhân. Do đó, chúng ta khó có thể mong đợi những người chỉ có trí thông minh trung bình có thể thành thạo phương pháp này. Tuy nhiên, chắc chắn có khả năng những người có năng khiếu trực giác sẽ đạt được những kết quả tương tự miễn là họ được dạy dỗ và đào tạo đúng cách. Trực giác không phải là một khả năng cố định mà là một chức năng thường xuyên diễn ra và có khả năng phát triển. Giống như chức năng nhìn và nghe, nó có lĩnh vực trải nghiệm và phạm vi nhận thức cụ thể. Những phát hiện và kiến thức được trình bày trong cuốn sách này có tầm quan trọng thiết yếu đối với các nhà tâm lý học, bác sĩ và nhà giáo dục. Chiromancy của Spier là một đóng góp giá trị cho nghiên cứu tính cách trong ứng dụng rộng rãi nhất".*

Chương hai:

CẤU TRÚC
BÀN TAY THEO
CHƯỞNG TƯỚNG
HỌC

Bàn tay, vị trí ở đầu cánh tay, được coi là một trong những phần quan trọng nhất của cơ thể con người. Bàn tay không chỉ cho phép chúng ta nắm lấy vật, mà còn thực hiện các hoạt động tinh tế và phức tạp như viết bằng bút hay vẽ. Bên cạnh đó, bàn tay là một nguồn lớn của cảm giác xúc giác, gửi tín hiệu đến cơ thể. Đây cũng là một trong những cấu trúc cơ thể phức tạp nhất và phản ánh rõ nét bản chất con người. Để hiểu hết các thành phần cấu tạo bàn tay, chúng ta cần phải nắm bắt được cấu trúc sinh học của nó.

CẤU TẠO BÀN TAY

Chúng ta sở hữu 5 ngón tay với tên gọi riêng để nhận biết. Ngón cái, còn được biết đến với tên ngữ cảnh là ngón I, là ngón đầu tiên từ phải qua trái khi bàn tay hướng lên trên. Ngón trỏ, hoặc ngón II, là ngón tiếp tục sau ngón cái. Sau đó là ngón giữa - ngón III, nằm ở giữa 5 ngón tay và là ngón kế tiếp của ngón trỏ. Ngón áp út, hay còn gọi là ngón IV, là ngón kế ngón giữa và thường được biết đến là ngón đeo nhẫn. Ngón út, hay ngón V, là ngón cuối cùng và cũng nhỏ nhất trong số 5 ngón tay đều này.

Trong 5 ngón tay, ngón cái có khả năng di chuyển lớn nhất và tinh tế nhất. Bỏ qua ngón cái, 4 ngón còn lại có thể cầm lấy vật thể trong lòng bàn tay. Tuy nhiên, chỉ có ngón cái mới có khả năng tiến hành các động tác đối với ngón tay, Do đó, nó đóng vai trò thiết yếu trong các hoạt động tinh vi của bàn tay.

HỆ THỐNG XƯƠNG BÀN TAY

Cấu trúc xương và khớp của bàn tay là cực kì phức tạp và tinh vi. Thực tế, mỗi tay con người có tới 27 xương. Điều này bao gồm 8 xương ở cổ tay, 5 xương tạo thành bàn tay, và 14 xương nằm ở 5 ngón tay.

Khối xương cổ tay

Xương cổ tay, hay còn gọi là xương carpal, chính là những xương nối xương cẳng tay với bàn tay. Tổng cộng có 8 xương này, chúng được sắp xếp thành 2 hàng, mỗi hàng 4 xương, từ ngoài vào trong. Trên hàng trên, chúng bao gồm: xương thuyền (scaphoid), xương nguyệt (lunate), xương tháp (triquetrum) và xương đậu (pisiform). Về hàng dưới, nó gồm: xương thang (trapezium), xương thê (trapezoid), xương cả (capitate) và xương móc (hamate). Những xương này liên kết với nhau trong một ổ xương ít sâu và bằng những dây chằng phức tạp.

Tất cả xương cổ tay đều là xương ngắn. Mỗi xương thường có 6 mặt, trong đó mặt mu bàn tay và lòng bàn tay không tiếp khớp. Các mặt còn lại liền kề với xương phía trên, phía dưới hoặc ở bên cạnh. Ba xương nằm ở mặt ngoài của hàng trên liên kết với xương quay ở phía trên (xương đậu nằm trước xương tháp), và với mặt trên của các xương hàng dưới ở phía dưới. Các xương ở hàng dưới kết nối với xương đốt bàn tay ở mặt dưới của chúng.

Xương bàn tay

Bàn tay của chúng ta chứa 5 xương đốt bàn tay (metacarpals), đánh từ phía ngoài vào phía trong là I, II, III, IV và V. Mỗi xương này là một xương dài gồm thân (body) và hai đầu. Đầu gần, hay nền (base), có nhiều mặt khớp để nối với xương cổ tay và xương đốt bàn tay liền kề. Đầu xa, hay chỏm, với hình dạng giống như một nửa cầu để khớp với đốt gần của ngón tay tương ứng.

Các xương ngón tay

Mỗi ngón tay có 3 đốt xương: đốt gần, đốt giữa và đốt xa; tức là từ xương đốt bàn tay xuống dưới. Duý nhất của ngón cái là chỉ có hai đốt: đốt gần và đốt xa. Giống như xương bàn tay, mỗi đốt xương ngón tay cũng có 3 phần: nền, thân và chỏm.

CÁC KHỚP Ở BÀN TAY

Chúng ta đã khám phá các cấu trúc xương cơ bản trong bàn tay. Mặc dù nhỏ nhưng bàn tay lại có rất nhiều xương cấu thành. Kết quả là, những xương này phải kết nối hoàn hảo để tạo ra sự chuyển động mềm mại, tinh tế của bàn tay. Nhờ có các khớp tay, chúng ta mới có thể thực hiện các hoạt động linh hoạt, điều chỉnh các cử chỉ tinh tế.

Các khớp tay bao gồm: khớp gian đốt ngón tay (Interphalangeal articulations of hand), khớp nối xương bàn tay (Metacarpophalangeal joints), khớp gian xương cổ tay (Intercarpal articulations), khớp cổ tay – bàn tay và khớp quay – cổ tay.

CÁC CƠ CỦA BÀN TAY

Cơ của bàn tay có thể được phân thành hai nhóm: nhóm cơ ngoại lai và nhóm cơ nội tại. Đây là nhóm cơ có nguồn gốc từ vùng cẳng tay và kết nối tới vùng bàn tay, tạo ra các động tác mạnh mà khá cơ bản cho các ngón tay. Ngược lại, nhóm cơ nội tại có điểm bắt đầu và kết thúc ở vùng bàn tay, tạo ra các động tác yếu nhưng tinh tế và chính xác cho các ngón tay.

VÙNG GAN BÀN TAY

Lớp nông

Cấu trúc bề mặt của lòng bàn tay bao gồm các yếu tố: Da thông qua các cấu trúc dưới da. Các mạng lưới mạch máu và dây thần kinh nông. Thêm vào đó, còn có lớp mạc nông.

Lớp mạc nông của lòng bàn tay thì tương đối mỏng ở phần che phủ các cơ ngón út và ngón cái, nhưng lại đặc biệt dày hơn ở phần trung tâm của lòng bàn tay. Điều này hình thành thành phần quan trọng là cân lòng bàn tay, có hình dạng giống hình tam giác, kéo dài xuống lòng bàn tay và chia thành bốn phần rộng mở hướng về các ngón tay. Các phần này kết nối với nhau thông qua các dải ngang ở phần gần các xương trong lòng bàn tay.

Lớp sâu

Lớp mạc giữ gân tồn tại cùng với các xương cổ tay, tạo nên một cấu trúc dạng ống xương xơ được biết đến là ống cổ tay. Ống này chứa thần kinh giữa và các gân gấp.

Bên trong, mạc này gắn kết với xương đậu và móc xương. Bên ngoài, nó gắn với củ xương thuyền và củ xương thang. Mục đích chính của lớp mạc này là giữ cho các gân khỏi bật ra ngoài trong quá trình cổ tay chuyển động.

Các cơ gan tay

Các cơ trong bàn tay có thể được phân loại thành ba nhóm:

Nhóm cơ liên quan đến ngón cái ở phía ngoài: Đây là nhóm cơ làm cho ngón cái di chuyển và hình thành phần phồng lên ở phía ngoại của lòng bàn tay. Bốn cơ thuộc nhóm này bao gồm: Cơ giữa ngón cái ngắn, cơ đối ngón cái, cơ gấp ngón cái ngắn và cơ khép ngón cái.

Nhóm cơ liên quan đến ngón út đặt ở phía trong: Đây là nhóm cơ tạo ra chuyển động cho ngón út và hình thành phần phồng lên ở phía trong lòng bàn tay. Nhóm này bao gồm ba cơ là: Cơ giữa ngón út, cơ gấp ngón út ngắn và cơ đối ngón út, cơ gan tay ngắn.

Nhóm cơ dạng giun và gân ở vị trí trung tâm: Dây cơ gập nông của các ngón tay và dây cơ gập sâu sau khi đi qua ống cổ tay sắp xếp thành hai hớp. Ở tầng trước là bốn dây cơ gập nông của các ngón, và ở tầng sau là bốn dây cơ gập sâu của các ngón tay.

Có bốn cơ giun được đánh số thứ tự từ ngón cái là 1, 2, 3, 4. Chức năng của các cơ giun chính là làm gập các khớp bàn – ngón tay, và duỗi các khớp gian đốt gần, xa.

MU TAY

Lớp nông

Lớp nông của mu tay bao gồm các thành phần như da và tổ chức dưới da, mạch máu và thần kinh nông, cùng với mặc nông. Trong lớp gân, có gân của những cơ bắt nguồn từ vùng cẳng tay sau và đi xuống.

Lớp sâu

Các cơ mu tay:

Tại đây, có tám cơ gian cốt nằm giữa các xương đốt bàn tay. Trong số này, bốn cơ gian cốt mu tay phát sinh từ các bờ của xương bàn tay gần kề, và bốn cơ gian cốt gan tay khác lại phát sinh từ mặt trước các xương bàn tay I, II, IV, và V. Các cơ gian cốt và cơ giun đều có chức năng chung là gấp khớp bàn đốt, duỗi khớp gian đốt gần và gian đốt xa. Ngoài ra, cơ gian cốt mu tay có thêm chức năng đưa các ngón tay ra xa, trong khi cơ gian cốt gan tay lại giúp khép chặt các ngón tay lại.

Như vậy, nhờ khoa học hiện đại, ta có thể hiểu rõ được cấu trúc của bàn tay, điều mà các học giả huyền học chưởng tướng học trước đó không có được. Kết hợp với những kiến thức chưởng tướng học đã được đúc kết trong lịch sử, ta dễ dàng phân lập được các đối tượng quan sát trong chưởng tướng học được thể hiện như sau:

Vùng Bạch Dương (Aries Zone) và đồi Hoả Tinh dương (Hill of Mars): đôi khi được gọi là gò Hoả tinh dương (Mount of Positif Mars), nằm ở búi cơ liền kề phía dưới của cơ ngón út. Cùng với gò Hoả Tinh âm (Mount of Positif Mars) tạo thành một cặp gò Hoả Tinh.

Vùng Kim Ngưu (Taurus Zone) và gò Kim Tinh (Mount of Venus): ở vị trí cơ của ngón tay cái, ở vùng cao nhất của bó cơ, ngay bờ của đường Sinh Đạo. Chú ý là bó cơ thấp ngay vị trí giao của ngón cái và ngón trỏ là gò Hoả Tinh Âm (Mount of Negatif Mars) hay Vùng Song Ngư (Pisces Zone).

Vùng Song Tử (Gemini Zone) và gò Thuỷ Tinh (Mount of Mercury): ở vị trí búi cơ ngón tay út của bàn tay, ngay trên búi cơ mép của bàn tay hay là Vùng Bạch Dương (Aries Zone) và gò Hoả Tinh (Mount of Mars).

Vùng Cự Giải (Cancer Zone) và gò Thái Âm hạ (Mount of Lower Lunar), hay gò Hạ Huyền (Mount of New Moon hay Mount of Creused Moon): là vùng búi cơ vung cao nhất ở phía má bàn tay, nằm ở sát cổ tay. Ở đây nói đến thiếu Thái Âm, tức Thái Âm hạ (trăng khuyết, Creused Moon) mà các sách thường được gộp chung với gò thái Thái Âm thượng (Mount of Upper Lunar) hay gò Thượng Huyền (tròn, Plein Moon). Thực ra đây là 2 gò khác nhau nằm kế bên nhau, được các sách gọi chung là gò Thái Âm hay gò Mặt Trăng (Mount of Moon).

Vùng gò Thái Âm thượng (Mount of Upper Lunar) hay gò Thượng Huyền (Mount of Creused Moon): là vùng gò nằm giữa búi cơ thấp nằm ở trên gò Thái Âm hạ, cùng với gò Thái Âm hạ gọi chung là gò Thái Âm hay gò Mặt Trăng (Mount of Moon)

Vùng Sư Tử (Leo Zone) và gò Thái Dương (Mount of Apollo) hoặc gò Mặt Trời (Mount of Sun): còn gọi là gò thần Apollo, là búi cơ nằm ở ngón áp út, kế bên gò Thuỷ Tinh (Mount of Mercury). Chú ý rằng búi cơ tương đối nhỏ, và ở ngay phía trên của Vùng Thiên Bình (Libra Zone) và Màng Kim Tinh (Girdle of Venus), kẹp giữa ngón tay nhẫn và Vùng Thiên Bình (Libra Zone) và Màng Kim Tinh (Girdle of Venus).

Vùng Xử Nữ (Virgo Zone) và khu Tam Giác (Trigulum District): là vùng hình tam giác, nằm ở gần đáy của bàn tay, nằm giữa 2 vùng gò Kim Tinh (Mount of Venus) và vùng gò Thái Âm (Mount of Moon), ở vị trí 1/3 dưới của lòng bàn tay, ngay bên dưới khu Tứ Giác (Quadrant District).

Vùng Thiên Bình (Libra Zone) và Màng Kim Tinh (Girdle of Venus): là vùng hình bán nguyệt, hơi vung cao, nằm cấu kết giữa 2 gò Thái Dương

(Mount of Apollo) và gò Thổ Tinh (Mount of Saturn). Thường có 1 đường bán nguyệt kéo dài bao lấy 2 gò Thái Dương (Mount of Apollo) và gò Thổ Tinh (Mount of Saturn), gọi là Màng Kim Tinh (Girdle of Venus), thường đối xứng với đường bao cơ ngón cái (đường Sinh Đạo). Còn khu vực được bao bọc bởi Màng Kim Tinh (Girdle of Venus) cho đến giáp với 2 gò 2 gò Thái Dương (Mount of Apollo) và gò Thổ Tinh (Mount of Saturn) là Vùng Thiên Bình (Libra Zone).

Vùng Bọ Cạp (Scopio Zone) và đồng Hoả Tinh (Plain of Mars) hoặc khu Tứ Giác (Quadrant District): khu vực nằm bên dưới đường 1/3 trên của bàn tay, kéo dài xuống giáp với Vùng Xử Nữ (Virgo Zone) và khu Tam Giác (Trigulum District), tạo thành hình chữ nhật, trên giáp với Vùng Thiên Bình (Libra Zone), bên dưới giáp với Vùng Xử Nữ (Virgo Zone) và khu Tam Giác (Trigulum District), 2 bên phải trái giáp với 2 gò Hoả Tinh, gò Hoả Tinh (Mount of Mars) hay gò Hoả Tinh dương (Mount of Positif Mars) và đồi Hoả Tinh (Hill of Mars) hay đồi Hoả Tinh âm (Mount of Negatif Mars).

Vùng Nhân Mã (Sagittarius Zone) và gò Mộc Tinh (Mount of Jupiter): là búi cơ ngay vị trí ngón trỏ của bàn tay.

Vùng Ma Kết (Capricorn Zone) và gò Thổ Tinh (Mount of Saturn): là búi cơ ngay vị trí ngón giữa. Chú ý rằng búi cơ tương đối nhỏ, và ở ngay phía trên của Vùng Thiên Bình (Libra Zone) và Màng Kim Tinh (Girdle of Venus), kẹp giữa ngón tay giữa và Vùng Thiên Bình (Libra Zone) và Màng Kim Tinh (Girdle of Venus).

Vùng Bảo Bình và vành đai Thổ Tinh: nằm dưới ngón cái và mép bàn tay ở gò Kim Tinh

Vùng Song Ngư và thung lũng Hoả Tinh Âm: nằm dưới gò Mộc Tinh và trên gò Kim Tinh

Bồn Địa Tinh: Nằm giữa về phía dưới gò Thái Âm và Kim Tinh

Vòm Địa Tinh: Nằm ở khu vực cổ tay

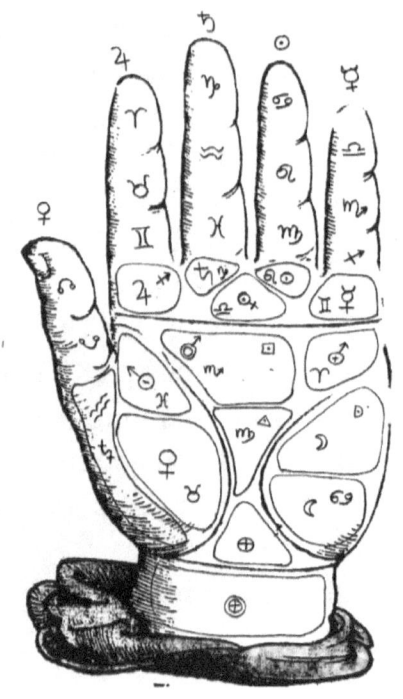

Chương ba:

CÁC ĐƯỜNG CHỈ CỦA BÀN TAY

Trong chương này, chúng tôi giới thiệu đến người đọc về ba đường chính; mà bạn có thể thấy khi đọc về các sách Chỉ Tay hiện nay, tuy nhiên, chúng tôi trích dẫn tham chiếu đến quan điểm của các nhà Chưởng Tướng nổi tiếng như Rosa Baughan, Jean Belot, Paul Christian, Mc.G.Mathers, Chiero, Katharine St. Hill,..., để bạn có thể thấy rõ sự tương đồng và dị biệt của các quan điểm. Bên cạnh đó, chúng tôi cung cấp về thông tin của ba mươi ba đường phụ có thể xuất hiện trên bàn tay mà các tài liệu hiện nay chỉ đề cập sơ lược và chưa đầy đủ. Tổng cộng, sẽ có ba mươi sáu đường tương ứng với 36 decan của vòng hoàng đạo. Thêm vào đó, cách tiếp cận các đường chỉ tay mà chúng tôi đề xuất là sự xuất phát từ gò đến vùng, hay vùng đến gò sẽ giúp bạn hiểu rõ các đường và sự khác biệt của chúng.

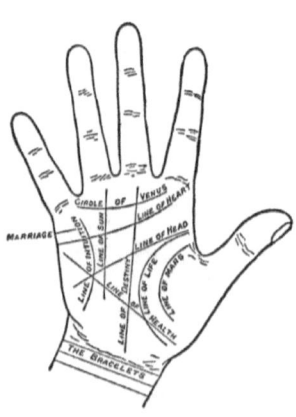

CÁC ĐƯỜNG CHỈ CỦA BÀN TAY

Bàn tay theo Chiero

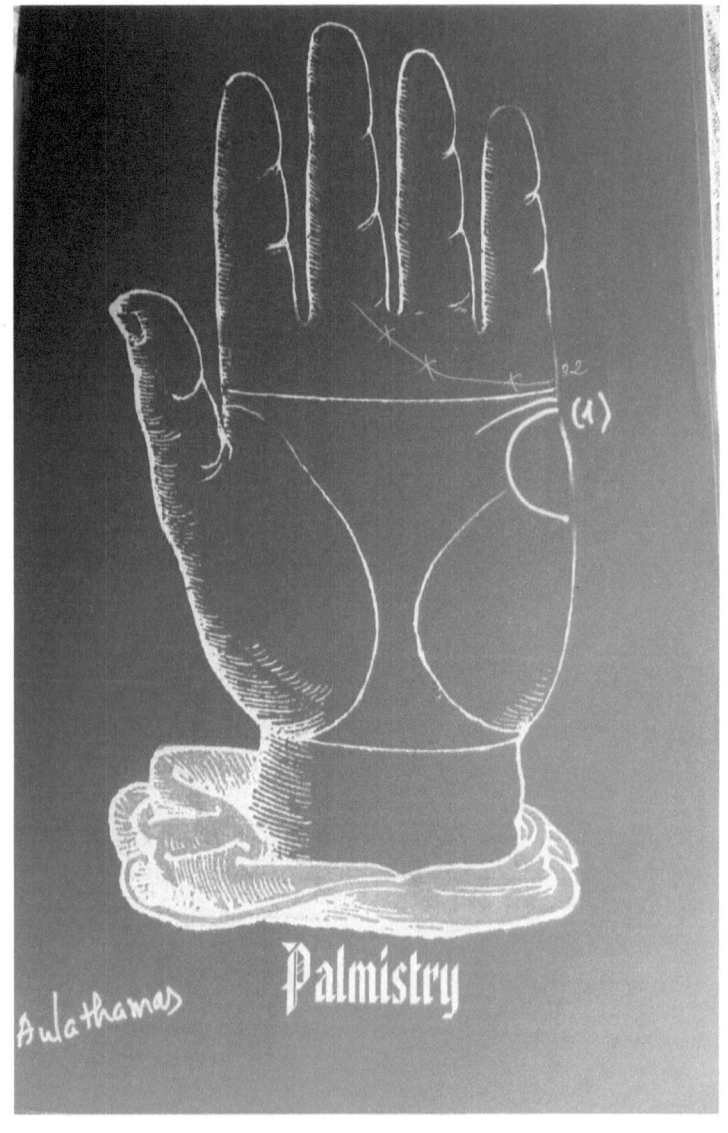

ĐƯỜNG CHỈ TAY SỐ 01: AULATHAMAS

Tên Chính Thức: Aulathamas (tiếng Latin),

Tên Khác: Ligne de Hérésie (tiếng Pháp), Thiên Linh Đạo, Thiên Sư Đạo, Dị Giáo Đạo (tiếng Việt).

Mã Số: (1)

Vị Trí: Một vòng bán cung, đi từ gò Hỏa Tinh đến gò Hỏa Tinh tương ứng với vị trí Phân Cung (Decan) số 1, tức là Hỏa Tinh trong Bạch Dương (Mars in Aries). Đường này có thể suy biến thành một đường thẳng, đi từ vị trí gò Hỏa Tinh, kéo dài khoảng vài phân theo chiều ngang mà không đánh thành một vòng bán cung.

Ý Nghĩa: Hỏa Tinh trong Bạch Dương (Mars in Aries) được định nghĩa như là Vitality of Life, đại diện cho những vấn đề về tâm linh, tinh thần, tôn giáo. Người có đường này mang trong mình đặc tính của một vị thầy tâm linh, hoặc một đấng đạo sư trong tôn giáo.

Lịch Sử: Nhà huyền học Mc.G.Mathers (Tk 19) gáng cho vị trí Phân Cung này giá trị Thống Lĩnh, ám chỉ sự lãnh đạo tuyệt đối về mặt tinh thần và tâm linh. Nhà tiên tri Paul Christian (Tk 20) cho vị trí phân cung này giá trị của Sự Tin Cậy, Tự Hào và Kiên Định. Không phải ngẫu nhiên là nhà chưởng thủ tướng học Jean Belot (Tk 17) cho tên đường này là Hérésie (tiếng Pháp, nghĩa là dị giáo), để ám chỉ những người có tư tưởng tâm linh mới lạ, khác với tư tưởng giáo điều chính thống của nhà thờ. Cả hai nhà chưởng thủ tướng học là Chiero (Tk 19) và Belham (Tk 19) đều không nhắc đến đường này.

Nhầm Lẫn: Tránh nhầm đường này với một đường cận nó là Luxois („Mã Số 32), ngay vị trí từ gò Thủy Tinh (Mount of Mercury, Mã Số 39) kéo dài đến gò Thổ Tinh (Mount of Saturn, Mã Số 46). Đường Tình Đạo nằm bên trên đường này. Tránh lầm lẫn nó với đường Sabaoth (Hào Hiệp Đạo, Mã Số 2) thường nằm kế bên hoặc song song, cách nhau chừng nửa đến một phân.

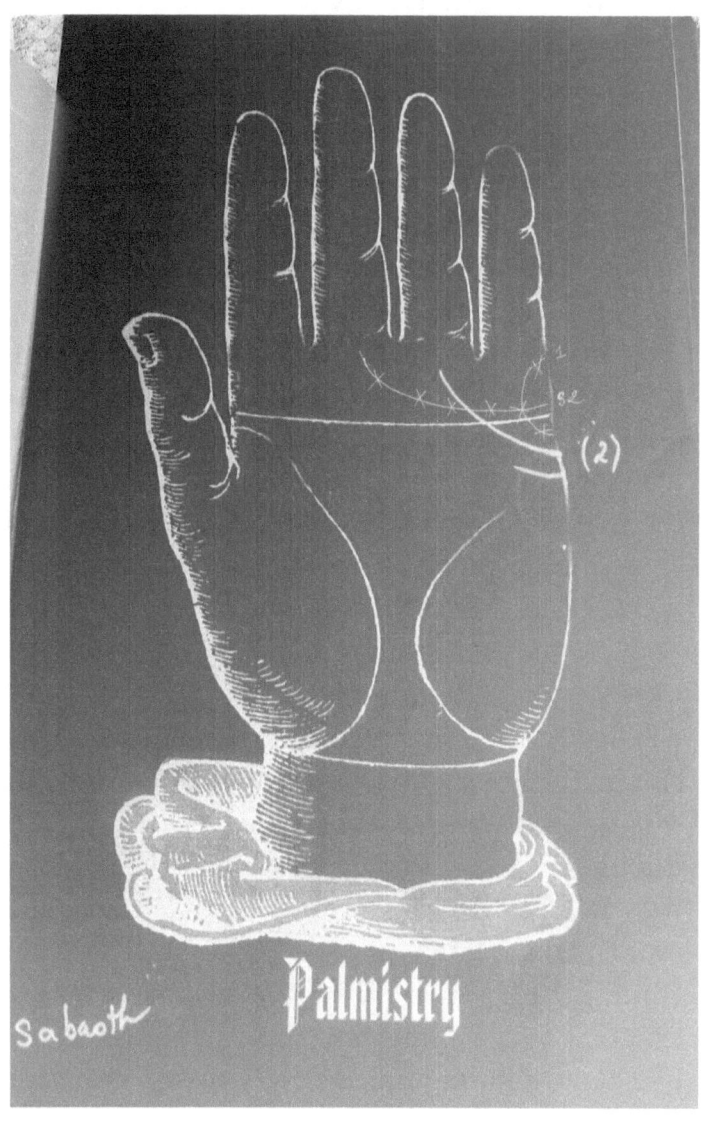

ĐƯỜNG CHỈ TAY SỐ 2: SABAOTH

Tên Chính Thức: Sabaoth (tiếng Latin).

Tên Khác: Ligne de Hérésie (tiếng Pháp), Tư Tưởng Đạo (tiếng Việt).

Mã Số: (2)

Vị Trí: Một vòng cung, đi từ gò Thái Dương đến gò Hỏa Tinh tương ứng với vị trí Phân Cung (Decan) số 2, tức là Thái Dương trong Bạch Dương (Sun in Aries). Đường này có thể suy biến thành một đường thẳng, đi từ vị trí gò Hỏa Tinh, kéo dài khoảng vài phân theo chiều ngang mà không đánh thành một vòng cung. Đường này cũng có thể suy biến thành một đường nhỏ, đi từ vị trí gò Thái Dương, gần mép ngón giữa và út, đi về phía gò Hỏa Tinh, kéo dài chừng vài phân.

Ý Nghĩa: Thái Dương trong Bạch Dương (Sun in Aries) được định nghĩa như là Artistry of Life, đại diện cho những vấn đề về nghệ thuật, văn chương và học thuật. Đường này ảnh hưởng nghệ thuật, văn chương từ chòm Thái Dương, Người có đường này mang trong mình đặc tính của một vị thầy nghệ thuật, một nghệ sĩ siêu việt, hoặc một người có tài thiên phú về nghệ thuật và văn chương. Không nên chỉ bó hẹp ý nghĩa chữ nghệ thuật và văn chương trong biên giới của nó, mà bao hàm cả những nhà triết học có sức khai sáng.

Nếu bị suy biến ở gò Thái Dương, đường này bị mất đi tính tỏa sáng của nó, mà chỉ còn lại sự

Lịch Sử: Nhà huyền học Mc.G.Mathers (Tk 19) gáng cho vị trí Phân Cung này giá trị Sức Mạnh Bền Vững, ám chỉ sức mạnh nội tâm vĩ đại. Nhà tiên tri Paul Christian (Tk 20) cho vị trí phân cung này giá trị của tư tưởng cao quý, và sự hào hiệp. Không phải ngẫu nhiên là nhà chưởng thủ tướng học Jean Belot (Tk 17) cho tên đường này là Ligne de Hérésie (tiếng Pháp, nghĩa là dị giáo), để ám chỉ những người có tư tưởng khai sáng mới lạ, thu hút nhiều nhân sĩ, khác với tư tưởng giáo điều chính thống của nhà thờ. Cả hai nhà chưởng thủ tướng học là Chiero (Tk 19) và Belham (Tk 19) đều không nhắc đến đường này.

Nhầm Lẫn: Tránh nhầm đường này với một đường cận nó là Luxois (Thiên Tài Đạo, Mã Số 32), ngay vị trí từ gò Thủy Tinh (Mount of Mercury, Mã Số 39) kéo dài đến gò Thổ Tinh. Đường Tình Đạo nằm bên trên đường này. Tránh lẫn đường này với Aulathamas (Thiên Sư Đạo, Mã Số 1). Hai đường này thường đi chung với nhau, và khó phân biệt. Kể cả về mặt ý nghĩa, hai đường này cũng không khác nhau nhiều. Nhà chưởng thủ tướng học Jean Belot gộp chung lại gọi là đường Dị Giáo Đạo (Ligne de Hérésie).

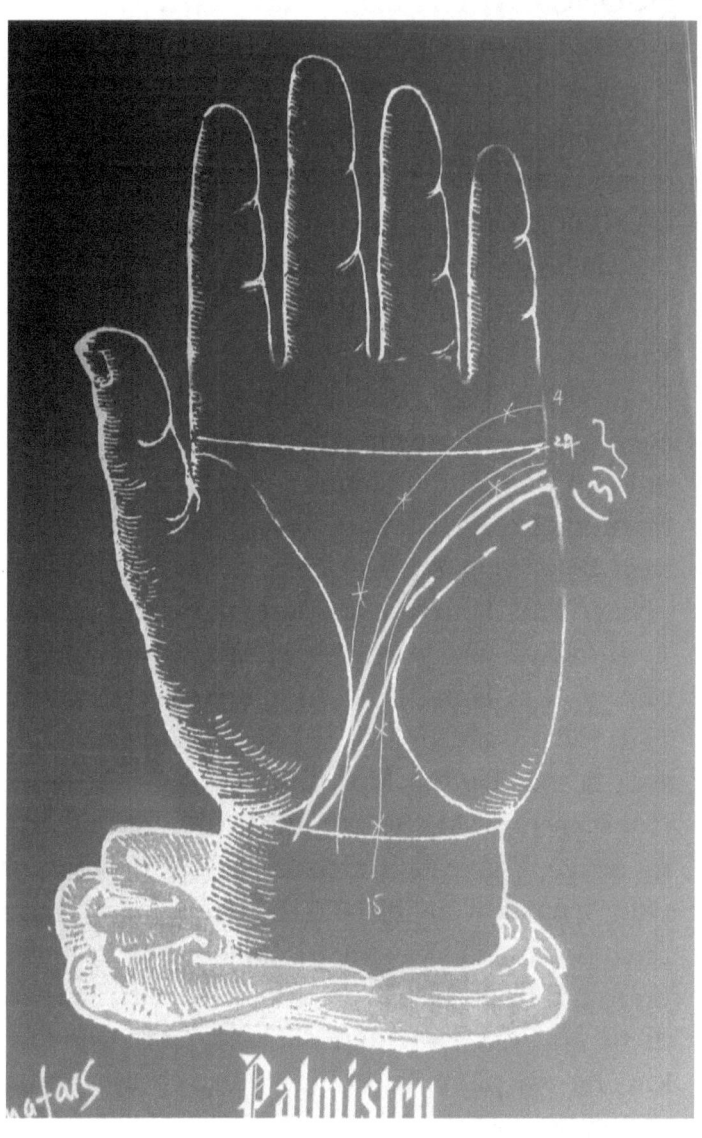

ĐƯỜNG CHỈ TAY SỐ 3: DISORNAFAIS

Tên Chính Thức: Disornafais (tiếng Latin).

Tên Khác: Ligne de Maleur (tiếng Pháp), Ligne of Health, Ligne of Mercury (tiếng Anh), Hepatica (tiếng Latin), Khổ Nhục Đạo, Sinh Lực Đạo, Sinh Đạo (tiếng Việt).

Mã Số: (3)

Vị Trí: Một đường ngang hoặc cung, đi từ gò Hỏa Tinh đến gò Kim Tinh tương ứng với vị trí Phân Cung (Decan) số 3, tức là Kim Tinh trong Bạch Dương (Venus in Aries), Bạch Dương có chủ tinh là Hỏa Tinh. Đường này có thể suy biến thành một đường thẳng, không hoàn thành được toàn bộ đường mà suy biến. Có thể suy biến ở phía gò Hỏa Tinh (tức là đường này ở vị trí gò Hỏa Tinh mờ và yếu hoặc mất hẳn) hoặc ngược lại ở phía gò Kim Tinh (tức là đường này ở vị trí gò Kim Tinh mờ và yếu hoặc mất hẳn). Đường này được xem là một trường hợp phụ của đường Psermes (Tai Nạn Đạo, Mã Số 24). Đây là hai đường cùng thuộc về Thủy Tinh Đạo hay Line of Mercury. Đường này khi suy biến có thể nhầm thành đường Frich (Ngân Hà Đạo, Mã Số 15), bằng cách chuyển đường đi từ gò Hỏa Tinh đến gò Kim Tinh, thành đi từ gò Hỏa Tinh đến cốc Địa Tinh, bên dưới khoảng vài phân, đi thẳng xuống cổ tay. Đường này cũng có thể nhầm thành Jaus (Tài Lộc Đạo,

Mã Số 4), bằng cách chuyển đường đi từ gò Hỏa Tinh đến gò Kim Tinh, thành đi từ gò Thủy Tinh đến gò Kim Tinh, nhích lên trên khoảng vài phân.

Ý Nghĩa: Kim Tinh trong Bạch Dương (Venus in Aries) được định nghĩa như là Passion of Life, đại diện cho những vấn đề về sức sống và đam mê trong cuộc sống. Đường này thuộc Chính Đạo (tức là luôn có trong mọi bàn tay), ám chỉ vấn đề sức khỏe tinh thần, và những yếu tố cấu thành nên đam mê và sức sống. Bạch Dương được làm chủ bởi Hỏa Tinh, nên nếu suy biến ở gò Hỏa Tinh, thì yếu tố Kim Tinh sẽ mạnh lên, đường này sẽ mang ý nghĩa chính yếu là đam mê và trí tuệ, mang yếu tố sức khỏe tinh thần. Nếu suy biến ở Kim Tinh thì yếu tố Hỏa Tinh sẽ mạnh lên, mang ý nghĩa chính yếu là sự sống và sinh tồn, mang yếu tố sức khỏe thể xác. Nghĩa của nó sẽ thay đổi mạnh nếu thịnh biến thành đường Frich (Ngân Hà Đạo, Mã Số 15), thịnh biến thành đường Jaus (Tài Lộc Đạo, Mã Số 4), hay thịnh biến thành đường Psermes (Tai Nạn Đạo, Mã Số 24).

Lịch Sử: Các nhà học thuyết hay gắng giá trị sức sống với sự thỏa mãn thân xác, hơn là ám chỉ sức khỏe thân thể. Nhà chưởng thủ tướng học Jean Belot (Tk 17) cho tên đường này là Ligne de Maleur (tiếng Pháp, nghĩa là khổ đau), để ám chỉ những đau khổ về sức khỏe thể xác và tinh thần. Nhà huyền học Mc.G.Mathers (Tk 19) gáng cho vị trí Phân Cung này giá trị Công Việc Hoàn Thiện, ám chỉ sức sống và công danh. Nhà tiên tri Paul Christian (Tk 20) cho vị trí phân cung này giá trị của "niềm vui sống", hoặc tệ hơn, là "tham mê trụy lạc". Một nghĩa khác quan trọng của đường này, là trí tuệ và não trạng, liên quan đến nơi xuất phát của đường này, như cái tên của nó "Line of Mercury". Paul Christian cũng cho giá trị liên quan đến trí tuệ và giao tiếp, như "nhanh nhạy, khôn vặt", do đường đây khởi nguyên từ gò Thủy Tinh, chủ về trí tuệ. Mặc dù trong ba đường được xem là thuộc về Line of Mercury (Thủy Tinh Đạo), Jaus (Tài Lộc Đạo) và Psermes (Tai Nạn Đạo) là hai đường có xuất phát thật sự từ gò Thủy Tinh (Mount of Mercury), nhưng đường như các nhà chưởng thủ tướng học lại ưu ái gáng ý nghĩa của đường Sinh Đạo (là Line of Health, thường gọi thay cho Line of Mercury) cho đường thứ ba là Disornefais, hơn là hai đường còn lại. Nhà chưởng thủ tướng học là Chiero (Tk 19) có vẻ luận giải khá phân vân đề đường Line of Mercury (hay Line of Health), như ông đã thú nhận, "đây là một đường có nhiều chủ đề nhất". Một mặt, ông gáng nó cho sức mạnh tinh thần ("mental strength"), liên hệ với sức khỏe về mặt tinh thần. Mặt khác, ông cũng gáng nó cho giá trị sức khỏe về mặt thể xác, sức mạnh và tình trạng thể xác, với ý nghĩa tích cực ("greater health and strength took possession of the body"). Ông cũng không quên cả ý nghĩa liên quan đến tình trạng của trí tuệ và não trạng, ("Its absence denotes an extremely robust, strong constitution, and a healthy state of the nervous system"). Sự tổng hợp hỗn tạp của Chiero ảnh hưởng đến các thế hệ chưởng thủ tướng học ở Âu Châu, khiến cho đường này trở thành một luận giải gây tranh cãi. Trong trường hợp này, Disornefais rõ ràng gắn liền hơn với sức khỏe và thể xác (đúng với từ Line of Health, hay đường Sinh Đạo), trong khi Jaus gắn liền với sức mạnh trí tuệ và não trạng. Theo Rosa Baughan trong cuốn The Handbook of Palmistry: Đường Sức Khỏe (The Line of Health), hoặc đôi khi được gọi là Đường Gan (The Line of the Liver), bắt đầu từ cổ tay, gần Đường Sinh và hướng lên Gò Thủy Tinh (The Mount of Mercury). Nếu đường có màu sắc tốt và không bị đứt đoạn, nó cho biết sức khỏe tốt, trí nhớ tuyệt vời và thành công trong các hoạt động kinh doanh; nếu đường bị đứt đoạn, hoặc chẻ ngọn ở phần cuối, trước khi đến gò, nó báo hiệu bệnh tật nghiêm trọng ở tuổi già. Nếu đường này bắt đầu từ Đường Sinh, đó là dấu hiệu chắc chắn của sự yếu tim. Nếu đường có màu sắc không đều và chuyển sang màu đỏ hơn khi đi qua Đường Trí, nó cho thấy có nguy cơ bị trúng gió; nếu nó đột ngột dừng lại trên Đường Tâm, thì có khả năng bị bệnh tim nghiêm trọng. Đôi khi

Đường Sức Khỏe xuất hiện với hình dạng cong trên một bàn tay, tạo thành một hình bán nguyệt từ Gò Mặt Trăng đến Gò Thủy Tinh. Trong trường hợp này, nó được gọi là Đường Trực Giác và cho thấy trực giác sống động, đặc biệt nếu Sao Thủy ảnh hưởng mạnh mẽ. Khi Đường Sức Khỏe trên cả hai bàn tay đều có hình dạng này, nó biểu thị khả năng ngoại cảm và tầm nhìn thứ hai mạnh mẽ. Nếu có một đảo dài ở điểm bắt đầu, tức là gần Gò Mặt Trăng trên Đường Trực Giác, thì điều đó biểu thị chứng mộng du. Khi Đường Sức Khỏe tạo thành một hình chữ thập lớn và rõ ràng với Đường Trí, nó cho thấy khuynh hướng nghiên cứu khoa học huyền bí, nhưng đây không phải là hình chữ thập huyền bí sẽ được mô tả chi tiết hơn ở phần sau. Một hòn đảo trên đường này cho thấy một số bệnh nội tạng vào thời điểm nó xuất hiện trên đường - nghĩa là, nếu nó xuất hiện trước khi chạm tới Đường Trí, thì nó sẽ đến trước 35 tuổi; nếu sau đó và giữa Đường Trí và Đường Tâm, thì nó sẽ đến giữa 35 và 50 tuổi; nếu muộn hơn, trong những năm còn lại của cuộc đời. Đường Gan bị xoắn là dấu hiệu của chứng khó tiêu và đầy hơi; nếu nó có màu đỏ (thường gặp ở những người Sao Hỏa là một trong những hành tinh thống trị), nó cho thấy xu hướng mắc các bệnh sốt. Đường Sức Khỏe đôi khi, nhưng hiếm khi, đi kèm với một đường khác gọi là Dải Ngân Hà; khi đường này bắt đầu song song với Đường Sức Khỏe và đi lên cùng với nó thành một đường liền mạch, hướng về ngón tay út (ngón Thủy Tinh), nó báo hiệu một cuộc sống dài hạnh phúc không gián đoạn. Đường này, đôi khi được gọi là Via Lasciva, mang lại sự nồng nhiệt trong tình yêu, bởi vì sức khỏe dồi dào mang lại sức mạnh cho đam mê.

Nhầm Lẫn: Tránh nhầm đường này với các đường thịnh biến của nó như Jaus (Tài Lộc Đạo, Mã Số 4) và đường Psermes (Tai Nạn Đạo, Mã Số 24), nhiều nhà chưởng thủ tướng học gộp hai đường này và Disornafais thành một đường duy nhất là Thủy Tinh Đạo hay Line of Mercury. Tránh lầm lẫn đường này với đường thịnh biến Frich (Ngân Hà Đạo, Mã Số 15) với ý nghĩa hoàn toàn khác.

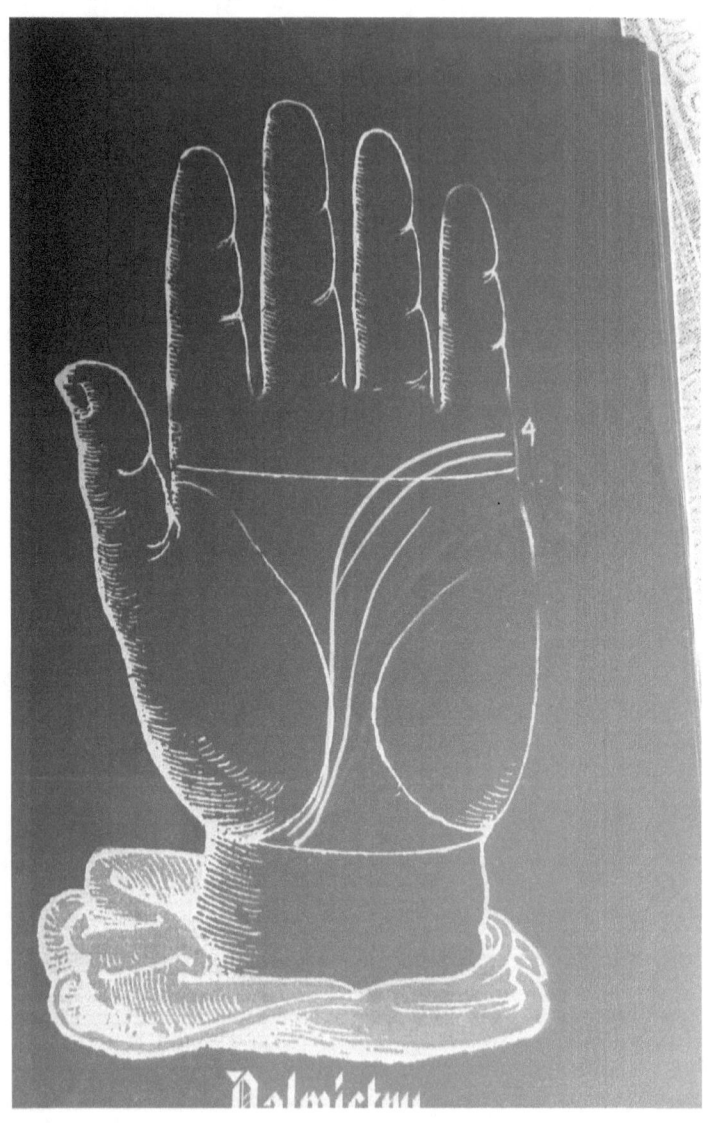

ĐƯỜNG CHỈ TAY SỐ 4: JAUS

Tên Chính Thức: Jaus (tiếng Latin).

Tên Khác: Ligne des Biens Par La Science (tiếng Pháp), Ligne of Health, Ligne of Mercury (tiếng Anh), Hepatica (tiếng Latin), Tài Lộc Đạo, Thủy Tinh Đạo, Sinh Đạo (tiếng Việt).

Mã Số: (4)

Vị Trí: Một đường ngang hoặc cung, đi từ gò Thủy Tinh (Mount of Mercury, Mã Số 39) đến gò Kim Tinh (Mount of Venus, Mã Số 38) tương ứng với vị trí Phân Cung (Decan) số 4, tức là Thủy Tinh trong Kim Ngưu (Mercury in Taurus), Kim Ngưu có chủ tinh là Kim Tinh. Đường này có thể suy biến thành một đường ngắn, không hoàn thành được toàn bộ. Có thể suy biến ở phía gò Thủy Tinh (tức là đường này ở vị trí gò Thủy Tinh mờ và yếu hoặc mất hẳn) hoặc ngược lại ở phía gò Kim Tinh (tức là đường này ở vị trí gò Kim Tinh mờ và yếu hoặc mất hẳn). Đường này có thể thịnh biến thành đường Psermes (Thủy Tinh Đạo, hay Line of Mercury, Mã Số 24), bằng cách chuyển đường đi từ gò Thủy Tinh đến gò Kim Tinh, thành đi từ gò Thủy Tinh đến gò Địa Tinh (Mount of Earth, Mã Số 42), bên dưới khoảng vài phân, đi thẳng xuống cổ tay. Đường này cũng có thể thịnh biến thành đường Disornafais (Sinh Lực Đạo, Mã Số 3), bằng cách chuyển đường đi từ gò Thủy Tinh đến gò Kim Tinh, thành đi từ gò Hỏa Tinh (Mount of Mars, Mã Số 37) đến gò Kim Tinh (Mount of Venus, Mã Số 38), ngay cách bên dưới đường cũ chừng vài phân. Đa số coi đường Jaus cùng với đường Psermes và đường Disornafais là cùng một đường duy nhất, cùng thuộc về Thủy Tinh Đạo hay Line of Mercury.

Ý Nghĩa: Thủy Tinh trong Kim Ngưu (Mercury in Taurus) được định nghĩa như là Education of Wealth, đại diện cho những vấn đề về sự học hỏi về công danh và tiền bạc. Đường này thuộc Thứ Đạo (tức là có thể có hoặc không có trong bàn tay). Ý nghĩa của đường này ám chỉ vấn đề học hỏi về nghệ thuật thành công, học việc từ người khác để kiếm tiền và tìm kiếm danh vọng. Nó kết hợp giữa vấn đề tiền bạc trong Kim Ngưu và tính trí tuệ, học vấn và lý luận trong Thủy Tinh. Kim Ngưu được làm chủ bởi Kim Tinh, nên nếu suy biến ở gò Thủy Tinh, thì yếu tố Kim Tinh sẽ mạnh lên, đường này sẽ mang ý nghĩa chính yếu là tiền bạc và kiếm tiền, vì vậy có thể dính đến làm giàu bất chính, làm mọi cách lương lẹo để kiếm tiền, chỉ nghĩ đến tiền. Nếu suy biến ở Kim Tinh thì yếu tố Thủy Tinh sẽ mạnh lên, mang ý nghĩa chính yếu là sự tìm hỏi, lý luận và học vấn, vì vậy có thể mang yếu tố là một người làm giàu từ tri thức, một học giả tiếng tăm, không màn danh lợi. Một nghĩa khác cần chú ý là Thủy Tinh cũng là hành tinh bảo trợ cho thương mại, làm cho đường này còn ám chỉ những doanh nhân thành đạt. Nghĩa của nó sẽ thay đổi mạnh nếu thịnh biến thành đường Disornafais (Sinh Lực Đạo, Mã Số 3), hay thịnh biến thành đường Psermes (Tai Nạn Đạo, Mã Số 24), với tầm nghĩa khác biệt hơn.

Lịch Sử: Các nhà học thuyết hay gắng giá trị của đồng tiền vào đường này, cả tích cực lẫn tiêu cực. Nhà chưởng thủ tướng học Jean Belot (Tk 17) cho tên đường này là Ligne des Biens par La Science (tiếng Pháp, nghĩa là tài sản từ khoa học). Nên hiểu chữ "khoa học" ở thế kỷ 17 hàm nghĩa không khác gì với từ "tri thức". Nhà tiên tri Paul Christian (Tk 20) cũng có thiện cảm với đường này khi cho vị trí phân cung này giá trị mạnh mẽ của tri thức. Ông cho rằng phân cung này ám chỉ "tầm mức cao nhất của trí tuệ, năng khiếu về toán học và luật pháp, tình yêu với kiến trúc". Về phía tiêu cực, nhà huyền học Mc.G.Mathers (Tk 19) gáng cho vị trí Phân Cung này giá trị Trục Trặc Tiền Bạc, ám chỉ những sa đọa có thể gặp phải do tham lam tiền bạc (dùng mánh lới để đoạt tiền bạc). Mặc dù trong ba đường được xem là thuộc về Line of Mercury (Thủy Tinh Đạo), Jaus và Psermes là hai đường có xuất phát thật sự từ gò Thủy Tinh (Mount of Mercury), nhưng đường như các nhà chưởng thủ tướng học lại gáng giá trị của đường Line of Health (thường gọi thay cho Line of

Mercury) cho đường thứ ba là Disornefais, hơn hai đường còn lại. Nhà chưởng thủ tướng học là Chiero (Tk 19) có vẻ luận giải khá phân vân đề đường này, như ông đã thú nhận, "đây là một đường có nhiều chủ đề nhất". Một mặt, ông gáng nó cho sức mạnh tinh thần ("mental strength"), liên hệ với sức khỏe về mặt tinh thần. Mặt khác, ông cũng gáng nó cho giá trị sức khỏe về mặt thể xác, sức mạnh và tình trạng thể xác, với ý nghĩa tích cực ("greater health and strength took possession of the body"). Ông cũng không quên cả ý nghĩa liên quan đến tình trạng của trí tuệ và não trạng, ("Its absence denotes an extremely robust, strong constitution, and a healthy state of the nervous system"). Sự tổng hợp hỗn tạp của Chiero ảnh hưởng đến các thế hệ chưởng thủ tướng học ở Âu Châu, khiến cho đường này trở thành một luận giải gây tranh cãi. Trong trường hợp này, Jaus rõ ràng gắng liền với sức mạnh trí tuệ và não trạng, trong khi Disornefais gắng liền hơn với sức khỏe và thể xác (đúng với từ Line of Health, hay đường Sinh Đạo). Đường Psermes (Tai Nạn Đạo, Mã Số 2) có vẻ là đường gắng liền với giá trị cuối cùng của Line Of Mercury, là chủ đề sức mạnh thể xác khi ám chỉ những tai nạn gắng liền với thể xác.

Nhầm Lẫn: Tránh nhầm đường này với các đường thịnh biến của nó như Disornafais (Sinh Lực Đạo, Mã Số 3) và đường Psermes (Tai

Nạn Đạo, Mã Số 24), nhiều nhà chưởng thủ tướng học gộp hai đường này và Disornafais thành một đường duy nhất là Thủy Tinh Đạo hay Line of Mercury.

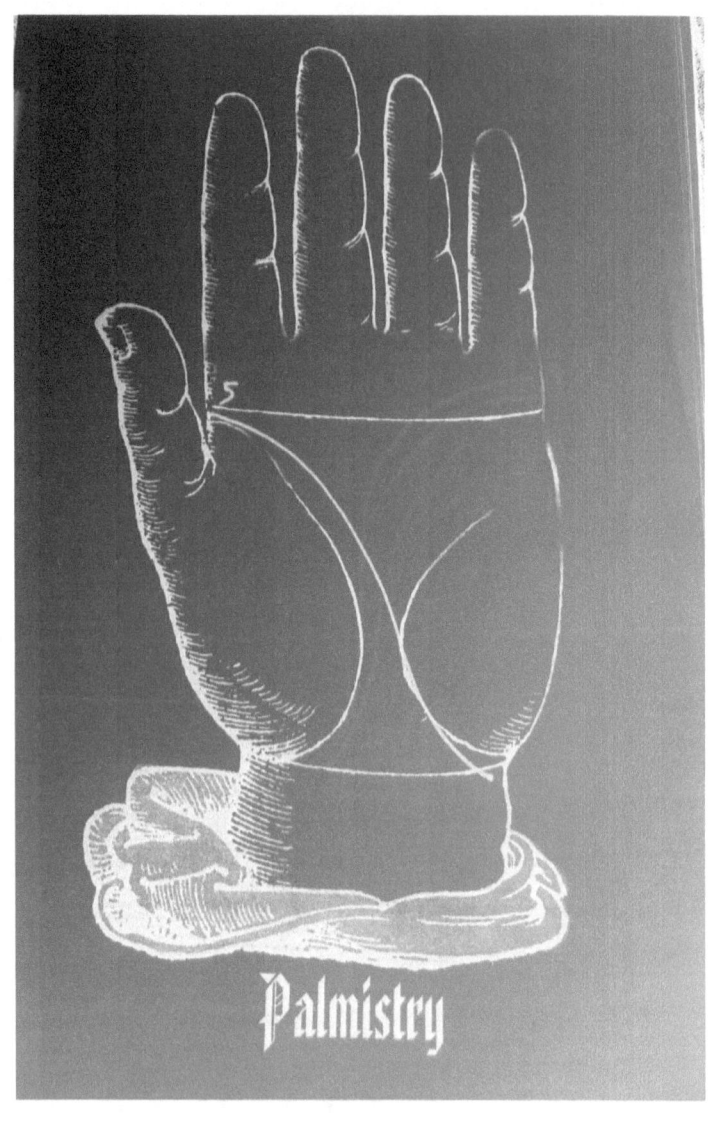

ĐƯỜNG CHỈ TAY SỐ 5: SAMOTOIS

Tên Chính Thức: Samotois (tiếng Latin).

Tên Khác: Ligne Moyenne (tiếng Pháp), Ligne of Head, Line of Mentality (tiếng Anh), Linea Naturalis (tiếng Latin), Trí Đạo (tiếng Việt).

Mã Số: (5)

Vị Trí: Một đường thẳng, đi từ gò Thái Âm (Mount of Moon, Mã Số 40) đến gò Kim Tinh (Mount of Venus, Mã Số 38) tương ứng với vị trí Phân Cung (Decan) số 5, tức là Thái Âm trong Kim Ngưu (Moon in Taurus), Kim Ngưu có chủ tinh là Kim Tinh. Đường này có thể suy biến thành một đầu của đường thẳng, không hoàn thành được toàn bộ đường. Có thể suy biến ở phía gò Thái Âm (tức là đường này ở vị trí gò Thái Âm mờ và yếu hoặc mất hẳn) hoặc ngược lại ở phía gò Kim Tinh (tức là đường này ở vị trí gò Kim Tinh mờ và yếu hoặc mất hẳn). Đường này không có bất kỳ thịnh biến nào. Chỉ có một ngoại lệ duy nhất khi đường này và đường Thursois (Tâm Đạo, Mã Số 26) họp lại thành một đường, trở thành đường Manuchos (Phân Giới Đạo, Mã Số 7) cắt ngang bàn tay. Nếu hai đường này không hợp nhau thì khoảng giữa hai đường này gọi là bồn địa Tứ Giác (The Quadrangle, Mã Số 43).

Ý Nghĩa: Thái Âm trong Kim Ngưu (Moon in Taurus) được định nghĩa như là Imagination of

Wealth, đại diện cho những vấn đề về tâm tính, trí tuệ, thông minh, mặt khác là lòng ham muốn và khát vọng phát triển trong công danh sự nghiệp, đặc biệt là các vị trí lãnh đạo. Đường này thuộc Chính Đạo (tức là luôn có trong mọi bàn tay), ám chỉ vấn đề liên quan công việc, lãnh đạo, quản trị, trí tuệ, thông minh. Kim Ngưu được làm chủ bởi Kim Tinh, nên nếu suy biến ở gò Thái Âm, thì yếu tố Kim Tinh sẽ mạnh lên, đường này sẽ mang ý nghĩa chính yếu là đam mê quyền lực, đam mê công danh. Nếu suy biến ở Kim Tinh thì yếu tố Thái Âm sẽ mạnh lên, mang ý nghĩa chính yếu là tâm tính, hoạch định, khát vọng, ước mơ. Cần chú ý sự khác biệt của nó với Jaus (Tài Lộc Đạo, Mã Số 4), vì Jaus được định nghĩa là Education of Wealth, liên quan đến quá trình học tập, học nghề, hoặc sự hăng say trong học thuật, hoặc kiếm tiền; còn Sarnotois liên quan đến lòng ham muốn công danh, sự nghiệp, mong muốn lãnh đạo và quyền lực.

Lịch Sử: Nhà tiên tri Paul Christian (Tk 19) định nghĩa cung này là "dễ dàng leo lên vị trí cao nhất của số phận", còn Mc.G.Mathers (Tk 19) định nghĩa cung này là sự "thành đạt về vật chất". Cả hai đều nói rõ được ý nghĩa tổng quan của đường này trên số phận con người. Nhà chưởng thủ tướng học Chiero lưu ý về giá trị của đường này, không chỉ đơn thuần về mặt tâm tính hay khát vọng, mà còn góp phần vào sự thành công về địa vị xã hội. Ông nói: "đây là đường quan trọng nhất trong bàn tay" ("the most important sign that can be found in the hand") và "nhiều nhà học thuật mắc sai lầm lớn khi để ý quá nhiều vào đường Nhật Tinh Đạo, hay Thành Công Đạo để dự đoán sự thành công của cá nhân, mà đồng thời lại không để ý đến Đường Trí [Trí Đạo, Mã Số 5] quá tệ, mà nó sẽ giảm đáng kể sự chứng thực về độ thành công của cá nhân đó." ("many students make the mistake of paying great attention to what looked like a good Line of Sun or Success, and, at the same time, not noticing a weak, badly formed Line of Head, which contradicted the promise of success given by the various lines."). Mặc dù phân tích khá kỹ đường này, ông lại sa đà vào việc so sánh sự khác biệt của hai bàn tay, mà rõ ràng là nên được tách riêng để phân tích. Sự sa đà này dẫn đến hậu quả là lý luận của ông hớ hênh một cách đáng tiếc. Chúng ta vẫn có thể nhận ra một số điểm sáng, ví dụ như nếu đường này có xu hướng dịch lên trên ở cuối đường khoảng vài phân, hướng về gò Hỏa Tinh (Mount of Mars, Mã Số), thì cá nhân này có sự dũng cảm để nói lên ý kiến cá nhân, và hơn nữa có quyết tâm cực kỳ mạnh mẽ, che giấu cảm xúc để tự tin vượt qua tất cả. Mặc khác, điều này có thể đi đến trạng thái thái quá, "hi sinh tất cả từ gia đình, cho vai trò ngoài xã hội mà họ được giao" ("sacrifice everything, home, affection, and all ties for what they believe is their public duty in connection with the work that they have undertaken"). Đây đều là những yếu tố bị ảnh hưởng bởi tính chất của Hỏa Tinh một cách rõ rệt. Trong khi nếu đường này càng đi xuống, sâu vào lãnh thổ của gò Thái Âm, thì cá nhân có xu hướng trở nên ảo vọng quá mức, "nô lệ của tưởng tượng, thất thường hoặc làm việc theo tâm trạng" ("the subject is the slave of his imagination and generally does erratic and peculiar things or can only work in moods of the moment"). Theo Rosa Baughan, Đường Trí [Trí Đạo, Mã Số 5] bắt đầu giữa Đường Đời và Gò Sao Mộc. Khi đường này dài và rõ ràng, nó biểu thị sự phán đoán sắc bén, trí nhớ tốt và trí tuệ uyên thâm; nhưng nó không được kéo dài ngang bàn tay theo một đường thẳng, vì điều đó cho thấy khuynh hướng keo kiệt, hoặc ít nhất là tiết kiệm cực độ, bởi vì nếu không được điều chỉnh bởi Đường Tình Cảm [Tâm Đạo, Mã Số 26] rõ nét, nó sẽ cho thấy tính toán quá mức trong tính cách. Nếu Đường Trí [Trí Đạo, Mã Số 5] dài nhưng lại hướng xuống Gò Sao Mọc, thì nó biểu thị tính lý tưởng quá mức. Cuộc sống và vô số nhiệm vụ, lo toan của nó sẽ được nhìn nhận từ một góc độ nghệ thuật và không thực tế, vì Gò Sao Mộc, cần nhớ, đại diện cho trí tưởng tượng quá mức, tính lãng mạn và mê tín dị đoan; và nếu Đường Trí [Trí Đạo, Mã Số 5] hướng xuống rất thấp đến Gò Sao Mộc, nó biểu thị nhiều hơn sự mê tín - đó là thần bí. Nếu thay vì hướng xuống Gò Sao Mộc, Đường Trí [Trí Đạo, Mã Số 5] lại hướng lên các gò ở cuối, trí tuệ sẽ mang những phẩm chất của gò mà nó hướng lên: do đó, nếu nó hướng lên dưới Gò Sao Thủy, trí tuệ sẽ được sử dụng thành công trong các công việc kinh doanh hoặc trên sân khấu; nếu hướng về Mặt Trời, trong nghệ thuật và văn học. Đường Trí [Trí Đạo, Mã Số 5] có màu nhạt và rộng cho thấy thiếu thông minh; tương tự như một đường rất ngắn, chỉ kéo dài một nửa bàn tay. Điều này thường được thấy ở những người có trí tuệ trung bình. Đường Trí [Trí Đạo, Mã Số 5] bị cắt thành hai đoạn ngay dưới Gò Sao Thổ có nghĩa là, nếu dấu hiệu có trên cả hai bàn tay, thì cái chết trên giàn giáo, hoặc ít nhất là một vết thương chí mạng ở đầu. Khi dấu hiệu này chỉ xuất hiện trên một bàn tay (bất kể tay nào), nó cho thấy khả năng bị điên rồ vì một niềm đam mê bất hạnh, hoặc gãy chi, hoặc bị đánh vào đầu nhưng không nguy hiểm đến tính mạng. Khi nó bị cắt dưới Gò Mặt Trời, nó cho thấy chấn thương ở cánh tay phải hoặc, trong một bàn tay rất nghệ thuật, bệnh tật do quá sức về tinh thần. Nếu Đường Trí [Trí Đạo, Mã Số 5] dài, mỏng và không được đánh dấu sâu, nó cho thấy sự không chung thủy và phản bội. Nếu, về phía cuối, nó đột ngột lên đến Đường Tình Cảm [Tâm Đạo, Mã Số 26], nó báo hiệu cái chết sớm. Khi Đường Trí [Trí Đạo, Mã Số 5] bị cắt bởi một số đường nét nhỏ, it cho thấy chứng đau đầu thần kinh liên tục; một hình chữ thập ở giữa đường là dấu hiệu của cái chết đang đến gần, hoặc vết thương chí mạng. Khi Đường Trí [Trí Đạo, Mã Số 5] không nối với Đường Đời ở điểm bắt đầu, nó cho thấy sự tự tin và bốc đồng, ghen tuông và kiểu nói dối xuất phát từ việc phóng đại sự thật, từ việc quá dễ bị ấn tượng. Với các gò Hỏa và gò Mộc phát triển mạnh, Đường Trí [Trí Đạo, Mã Số 5] tách khỏi Đường Đời mang lại sự táo bạo, nhiệt tình và do đó, thành công. Nếu những đốm tròn, đỏ, lớn xuất hiện trên Đường Trí [Trí Đạo, Mã Số 5], chúng cho thấy có nhiều vết thương trên đầu; trong khi những đốm trắng trên Đường Trí [Trí Đạo, Mã Số 5] Thông Minh cho biết có nhiều thành công trong văn học như số lượng đốm được nhìn thấy. Một ngôi sao trên Đường Trí [Trí Đạo, Mã Số 5] có nghĩa là vết thương trên đầu, hoặc điên cuồng nếu đường này hướng xuống Gò Sao Mộc nhiều, và ngôi sao xuất hiện ở cuối đường. Một Đường Trí [Trí Đạo, Mã Số 5] kép (hoặc đường đôi) hiếm khi được nhìn thấy; nhưng nếu nó xuất hiện, đó là dấu hiệu chắc chắn của sự may mắn do thừa kế.

Nhầm Lẫn: Thực ra ít khi lầm lẫn đường này với bất kỳ đường nào khác. Sự lầm lẫn, nếu có, là do đường này kết hợp với các đường Thứ Đạo nhỏ hơn, tạo nên những sai biệt.

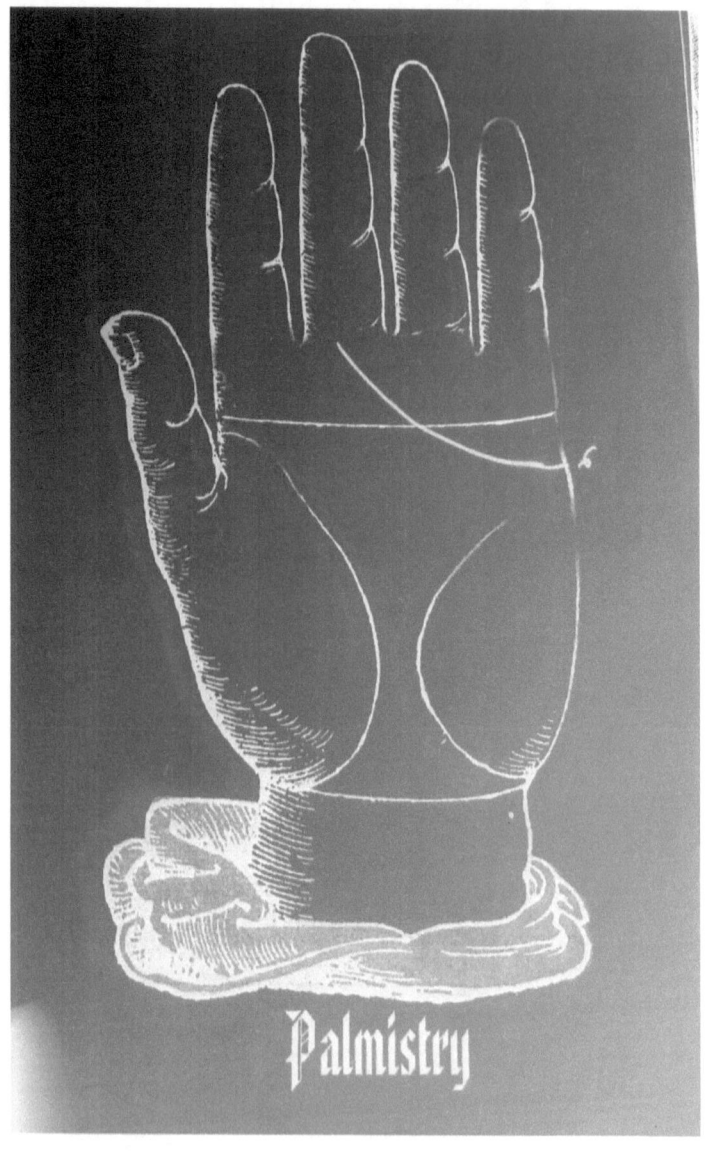

ĐƯỜNG CHỈ TAY SỐ 6: ERCHMUBRIS

Tên Chính Thức: Erchmubris (tiếng Latin).

Tên Khác: Ligne de la Richesse (tiếng Pháp), Ligne of Wealth (tiếng Anh), Hào Phú Đạo (tiếng Việt).

Mã Số: (6)

Vị Trí: Một đường cung, đi từ gò Thổ Tinh (Mount of Saturn, Mã Số 46) ngay vị trí ngón giữa đến gò Hỏa Tinh (Mount of Mars, Mã Số 37) tương ứng với vị trí Phân Cung (Decan) số 6, tức là Thổ Tinh trong Kim Ngưu (Saturn in Taurus), Kim Ngưu có chủ tinh là Kim Tinh. Đường này có thể suy biến thành một đường cực ngắn, thường trên bàn tay ít khi hoàn thành được toàn bộ. Có thể suy biến ở phía gò Thổ Tinh (tức là đường này ở vị trí gò Thổ Tinh mờ và yếu hoặc mất hẳn) hoặc ngược lại ở phía gò Hỏa Tinh (tức là đường này ở vị trí gò Hỏa Tinh mờ và yếu hoặc mất hẳn). Đường này do suy biến ở gò Hỏa Tinh có thể nhầm thành đường Zaloias (Kim Tinh Biên, hay Girdle of Venus, Mã Số 13), bằng cách chuyển đường đi từ gò Thổ Tinh đến gò Hỏa Tinh, thành đi từ gò Thổ Tinh đến gò Thái Dương, sớm hơn so với đường cũ vài phân, ngoặc thẳng lên ngón áp út. Đường này cũng có thể nhầm thành đường Zamendres (Hôn Nhân Đạo, Line de Marriage, Mã Số 16), bằng cách chuyển đường đi từ gò Thổ Tinh đến gò Hỏa Tinh, thành đi từ gò Thái Dương đến gò Thủy Tinh, xích lên trên đường cũ chừng vài phân, và song song với đường cũ.

Ý Nghĩa: Thổ Tinh trong Kim Ngưu (Saturn in Taurus) được định nghĩa như là Dominance of Wealth, đại diện cho sự khống chế về tiền bạc. Đường này thuộc Thứ Đạo (tức là có thể có hoặc không có trong bàn tay). Ý nghĩa của đường này ám chỉ vấn đề giàu sang, quyền quý hoặc tài sản rộng lớn. Nó kết hợp giữa vấn đề tiền bạc trong Kim Ngưu và sự khống chế số phận trong Thổ Tinh. Kim Ngưu được làm chủ bởi Kim Tinh, nên nếu suy biến ở gò Thổ Tinh, thì yếu tố Kim Tinh sẽ mạnh lên, đường này sẽ mang ý nghĩa chính yếu là liên quan việc sở hữu tiền bạc tự nhiên (di sản, gia sản để lại, may mắn trúng số), vì vậy thường được coi là đường may mắn giàu có. Nếu suy biến ở Kim Tinh thì yếu tố Thổ Tinh sẽ mạnh lên, mang ý nghĩa chính yếu là sự khống chế, ham muốn, và cả khổ cực, căng thẳng vì vậy có thể mang ý nghĩa là sự làm việc cật lực, suy tính căng thẳng, giàu mà khổ cực. Mặc dù nhiều nhà chưởng thủ tướng học cũ vẫn nhầm đường này với đường Zaloias (Kim Tinh Biên, hay Girdle of Venus, Mã Số 13) vốn là đường Chính Đạo, hay đường Zamendres (Hôn Nhân Đạo, hay Line of Marriage, Mã Số 16), với tầm nghĩa khác biệt hơn.

Lịch Sử: nhà huyền học Mc.G.Mathers gọi phân cung này là "sự thành đạt không toàn vẹn", có thể giải thích được vì sao đường này khi suy biến lại mang hàm nghĩa: "giàu mà cực khổ". Nhà tiên tri Paul Christian coi phân cung này là sự phụ thuộc số phận, trong đó sự thành đạt phụ thuộc hoàn toàn vào số phận. Ông cảnh báo sự trở ngại, thiên tai, sự phụ thuộc trong kinh doanh. Cá biệt có nhà chưởng thủ tướng học Chiero, xem đường này là một sai biệt của đường Zamendres (Hôn Nhân Đạo, Mã Số 16), khi đường này sát lên trên khoảng vài phân, nối gò Thái Dương với gò Thủy Tinh (tức là suy biến ở gò Thổ Tinh), ông cho đường này có vai trò "cưới được vợ/chồng có gia sản lớn" ("When the Line of Marriage itself, or an offshoot from it, goes into the hand, and joins or ascends upward with the Line of Sun, it promises that its possessor will marry some one of great wealth or distinction."). Điều này hoàn toàn ứng với giá trị của đường Erchmubris khi bị suy biến ở gò Thổ Tinh: có được tài sản lớn mà không phải tốn công sức.

Nhầm Lẫn: Tránh nhầm đường này với các đường thịnh biến của nó như Zaloias (Kim Tinh Biên, hay Girdle of Venus, Mã Số 13) vốn là đường Chính Đạo, hay Luxois (Thiên Tài Đạo, Mã Số 32). Một số nhà chưởng thủ tướng học coi đường này là biến thể của Zamendres (Hôn Nhân Đạo, Mã Số 16).

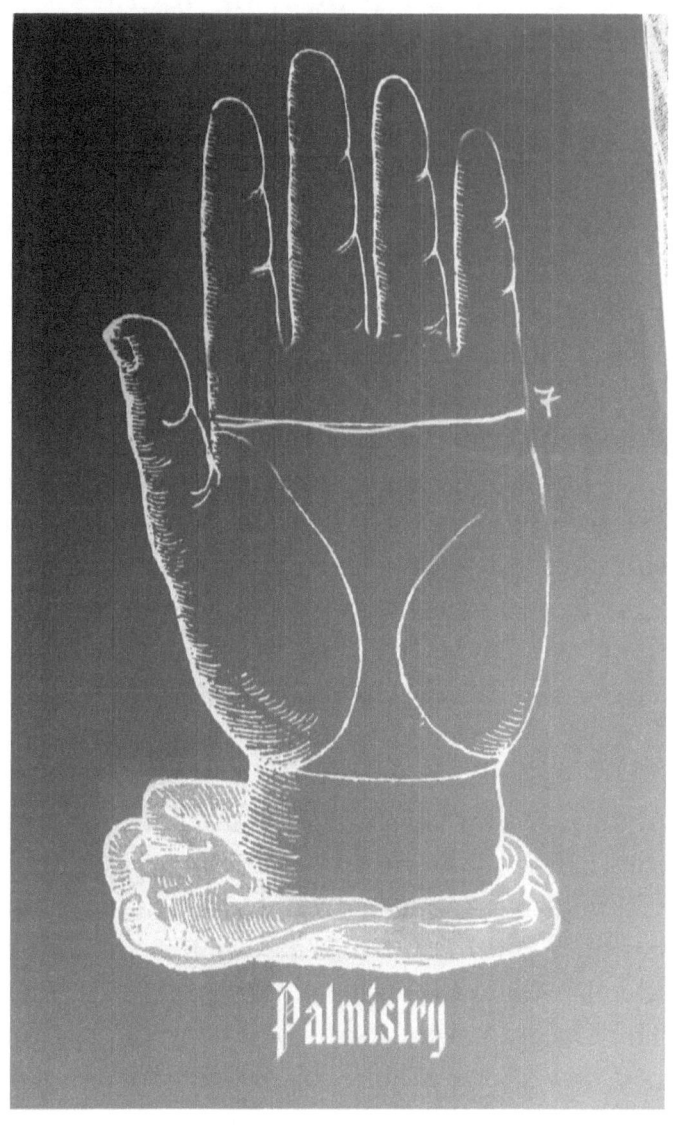

ĐƯỜNG CHỈ TAY SỐ 7: MANUCHOS

Tên Chính Thức: Manuchos (tiếng Latin).

Tên Khác: Ligne Simien (tiếng Pháp), Simian Line (tiếng Anh), Phân Giới Đạo, Nhân Giới Đạo, Hầu Đạo (tiếng Việt).

Mã Số: (7)

Vị Trí: Một đường thẳng cắt ngang bàn tay. Đường này được định nghĩa là đi từ gò Mộc Tinh (Mount of Jupiter, Mã Số 45) ngay vị trí ngón giữa đến gò Thủy Tinh (Mount of Mercury, Mã Số 39) tương ứng với vị trí Phân Cung (Decan) số 7, tức là Mộc Tinh trong Song Tử (Jupiter in Gemini), Song Tử có chủ tinh là Thủy Tinh. Đường này không có suy biến lẫn thịnh biến. Đây là một đường đặc biệt, xem là sự kết hợp giữa hai đường Sarnotois (Line of Head, Trí Đạo, Mã Số 5) và đường Thursois (Line of Heart, Tâm Đạo, Mã Số 26). Đường này cũng được coi là đường Nhất Sinh, Nhất Tử với hai đường kia, vì nếu xuất hiện đường này, thì hai đường kia sẽ không xuất hiện trên bàn tay. Đường này vừa được coi là đường Chính Đạo (bắt buộc xuất hiện trên bàn tay) vì nó đại diện cho cả hai đường Sarnotois và Thursois (đều là đường Chính Đạo); vừa được coi là đường Thứ Đạo vì chỉ một số ít bàn tay mới có đường này. Tuy không có thịnh biến, đường này có hai vị trí đặc biệt, một là đường Sarnotois (Line of Head) thịnh hơn đường Thursois (Line of Heart), biểu hiện là ngọn chẻ của đường này quay xuống dưới. Ngược lại, nếu đường Thursois (Line of Heart) thịnh hơn đường Sarnotois (Line of Head) thì ngọn chẻ của đường này quay lên trên.

Ý Nghĩa: Mộc Tinh trong Song Tử (Jupiter in Gemini) được định nghĩa như là Leadership of Brothers, đại diện cho sự lãnh tụ tối cao đối với người tuân phục. Ý nghĩa của đường này ám chỉ về người có thiên hướng làm lãnh tụ (chứ không dừng ở mức lãnh đạo) hoặc đứng đầu một tập thể thống nhất trong niềm tin (có thể là tôn giáo hoặc tâm linh hoặc ý thức hệ). Nó kết hợp giữa vấn đề thủ lãnh và lãnh đạo trong Mộc Tinh và cộng đồng anh em trong Song Tử. Song Tử được làm chủ bởi Thủy Tinh, chủ về sự giao tiếp và trí tuệ. Những người mang đường này có khả năng thu hút đám đông, và có tư chất cực tốt. Có biệt nếu có hai đường Dị Giáo Đạo (Sabaoth, Aulathamas) hỗ trợ, thì đây là có thể là một đấng đạo sư hoặc một lãnh tụ. Đường này nếu trong lòng bàn tay, đoạn giữa không có khúc trắc gì, hoặc bàn tay không có đường nào về giáo dục, hoặc khuynh hướng cộng đồng, thì đường này phần lớn ám chỉ những bậc đại giác độc hành (độc giác Phật, ẩn sĩ), thường không được biết đến rộng rãi. Nếu đường Sarnotois (Line of Head) thịnh hơn thì thiên hướng thế tục sẽ mạnh hơn, do được gò Mộc Tinh hỗ trợ, đồng thời sẽ ảo tưởng hơn, do được gò Thái Âm hỗ trợ (Sarnotois thịnh hơn thì cạnh chẻ đi sẽ quay xuống dưới, đi về phía gò Thái Âm). Ngược lại, nếu đường Thursois (Line f Heart) thịnh hơn thì thiên hướng thoát tục sẽ mạnh hơn, và cuộc sống êm đềm hơn, ít dị biệt do được gò Thủy Tinh hỗ trợ (thiên hướng giao tiếp và quan hệ tốt với xã hội), đường chẻ đi lên trên, đi về phía Thổ Tinh sẽ cho phép người đó khống chế tốt vận mệnh của chính họ.

Lịch Sử: Ý nghĩa từ Simien trong tiếng Pháp hay Simian trong tiếng Anh có nghĩa là giống khỉ, đó là lý do vì sao đường này có tên là Hầu Đạo, hoặc Nhân Giới Đạo. Đường này thường bắt gặp ở loài tinh tinh hoặc khỉ. Chiero mô tả đường này có một người có sức mạnh của sự tập trung ("great power of concentration"), và "nếu anh ta tập trung vào một điều gì đó thì anh ta sẽ tập trung với tất cả trái tim" ("he concentrated his mentality on any purpose he would unite with it his heart nature"). Tuy nhiên, ông cũng cảnh báo, về mặt lý thuyết, rằng đường này là biểu hiện của sự dị biệt và khó hòa đồng, và hầu hết không hạnh phúc (cho dù là thành công trong danh vọng hoặc đời sống, trích "I have never found it a very happy mark to possess"). Ông nêu hai trường hợp: một là mặc cảm của sự xuất chúng, người này thường cảm giác cô đơn và khó hòa hợp, ("the feeling of being intensely lonely and isolated from others"); hai là ngay cả trong trường hợp, họ có mối quan hệ cộng đồng, họ cũng cảm thấy cá tính của họ bị mất mát ("feel their personality cramped"). Mặc dù không thống nhất với nhau về cách nhìn của đường này, phần lớn những nhà chưởng thủ tướng học công nhận rằng những người mang đường này có khuynh hướng phát triển dị biệt (đặc biệt xuất chúng, hoặc đặc biệt khó tiếp cận, hoặc cả hai khunh hướng này). Về mặt y học, nhiều người khếch đại sự yếu kém của đường này, bởi trong nhiều nghiên cứu các hội chứng khiếm khuyết có liên kết với đường này trong bàn tay (40% ở Hội Chứng Down và nhiều hội chứng khác). Tuy nhiên, nên nhớ là đường này chiếm 10% dân số thế giới, đặc biệt thông thường ở Á Châu, và hầu hết là những người nổi bật.

Nhầm Lẫn: thường không có nhầm lẫn, tuy nhiên đường này có thể luận giải kết hợp với hai đường Sarnotois (Line of Head, Trí Đạo, Mã Số 5) và đường Thursois (Line of Heart, Tâm Đạo, Mã Số 26).

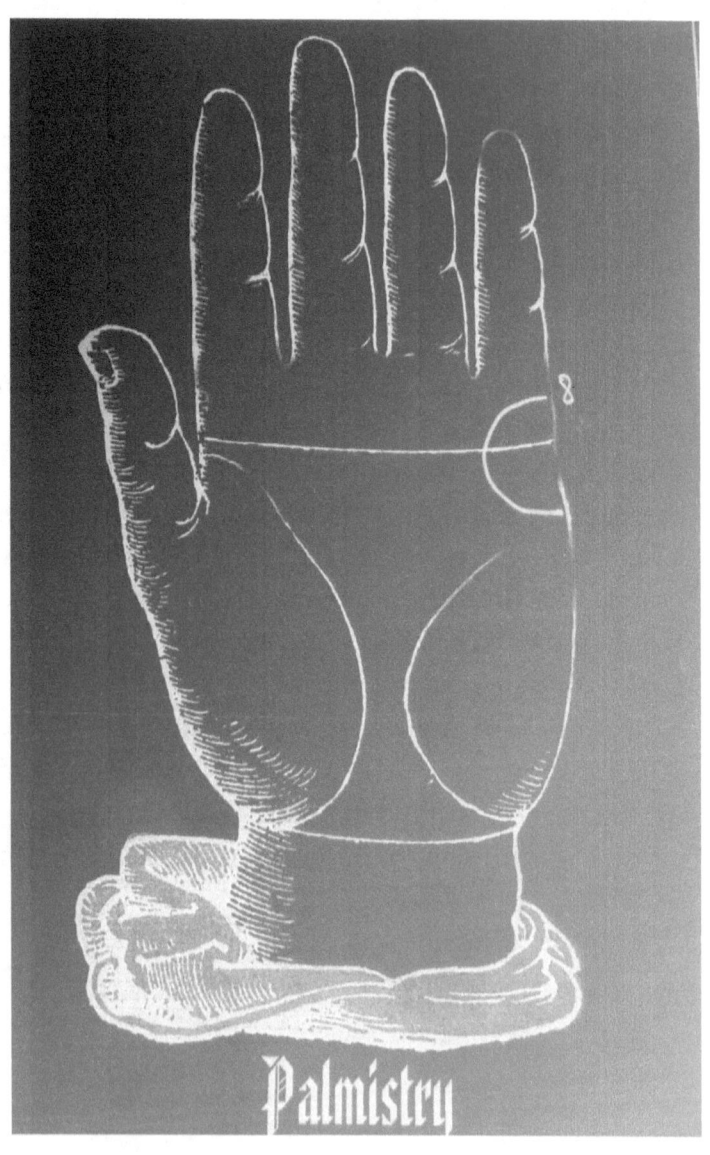

ĐƯỜNG CHỈ TAY SỐ 8: SAMUROIS

Tên Chính Thức: Samurois (tiếng Latin).

Tên Khác: Ligne De Confusio De Science (tiếng Pháp), Huynh Đệ Đạo (tiếng Việt).

Mã Số: (8)

Vị Trí: Một đường cong đi từ gò Thủy Tinh (Mount of Mercury, Mã Số 39) ngay vị trí ngón giữa đến gò Hỏa Tinh (Mount of Mars, Mã Số 37) ngay kế bên, tương ứng với vị trí Phân Cung (Decan) số 8, tức là Hỏa Tinh trong Song Tử (Mars in Gemini), Song Tử có chủ tinh là Thủy Tinh. Đường này có thể suy biến thành một đường cung mờ nhạt từ rìa bàn tay ở vị trí gò Hỏa Tinh đánh cung ngược lên ngón út (suy biến ở gò Thủy Tinh); hoặc có thể suy biến thành một đường thẳng từ ngón út xuống. Đường này có thể nhầm lẫn với đường Somachalmais (Trực Giác Đạo, Mã Số 11), Aulathamas (Thiên Sư Đạo, Mã Số 1), Necbeuos (Tử Mệnh Đạo, Line of Death, Mã Số 22). Đường Somachalmais thịnh biến do gò Hỏa Tinh đổi thành gò Thái Âm bên dưới khoảng vài phân. Hai đường Aulathamas và đường Necbeuos đều là đường phát xuất từ gò Hỏa Tinh đi xuống, nên không phải là thịnh biến của Samurois, nhưng rất gần Samurois. Cả 3 đường này đều là đường bán cung, đi từ rìa của bàn tay đánh vòng rồi về lại rìa bàn tay, trong khi Samurois là từ rìa bàn tay vòng lên rồi tiến thẳng ngược lên ngón út (gò Thủy Tinh), cho dù bị thịnh biến ở gò Thủy Tinh, thì hình ảnh đường thẳng lên phải thật rõ nét.

Ý Nghĩa: Hỏa Tinh trong Song Tử (Mars in Gemini) được định nghĩa như là Vitality of Brothers, đại diện cho anh em ruột và các mối quan hệ anh em. Ý nghĩa của đường này ám chỉ về số lượng và tính chất của anh em của đối tượng, kể cả sự sống và cái chết của họ. Nó kết hợp giữa vấn đề sự sống hoạt động trong Hỏa Tinh và quan hệ anh em trong Song Tử. Song Tử được làm chủ bởi Thủy Tinh, chủ về sự giao tiếp và trí tuệ...Nếu bị suy biến ở gò Hỏa Tinh, đường này ám chỉ riêng về cái chết của anh em ruột, tác động lên cá nhân; trong khi nếu bị suy biến ở gò Thủy Tinh, đường này ám chỉ về mối quan hệ của anh em trong gia đình. Mở rộng ra, đường này còn ám chỉ những khó khăn trong mối quan hệ thân cận (như anh em) bên ngoài xã hội.

Lịch Sử: Đường này ít khi được nói đến, và có vẻ tạo ra nhiều nhầm lẫn. Nhà tiên tri Paul Christian gáng cho phân cung này giá trị về nỗ lực đối phó sự khó khăn trong đời sống, còn nhà huyền học Mc.G.Mathers thì gáng cho nỗi "thất vọng và ngược đãi". Rõ ràng đường này ám chỉ sự khó khăn trong đời sống xã hội, thiếu người bầu bạn, anh em trong công việc và sự nghiệp. Cá biệt, nhà chưởng thủ tướng học Jean Berlot (Tk 17) xem đây là đường khiếm khuyết về trí thức và trí tuệ, ông gọi đường này là Ligne de Confusion de Science (sự rối rắm trong khoa học). Nhà chưởng thủ tướng học Chiero không ghi chú về đường này.

Nhầm Lẫn: đường Somachalmais (Trực Giác Đạo, Mã Số 11), Aulathamas (Thiên Sư Đạo, Mã Số 1), Necbeuos (Tử Mệnh Đạo, Line of Death, Mã Số 22). Như đã nói ở trên, ba đường này là ba đường bán cung đi từ rìa bàn tay đến rìa bàn tay, trong khi đường Samurois là một đường từ rìa cong nhẹ rồi thẳng đường đi đến ngón út.

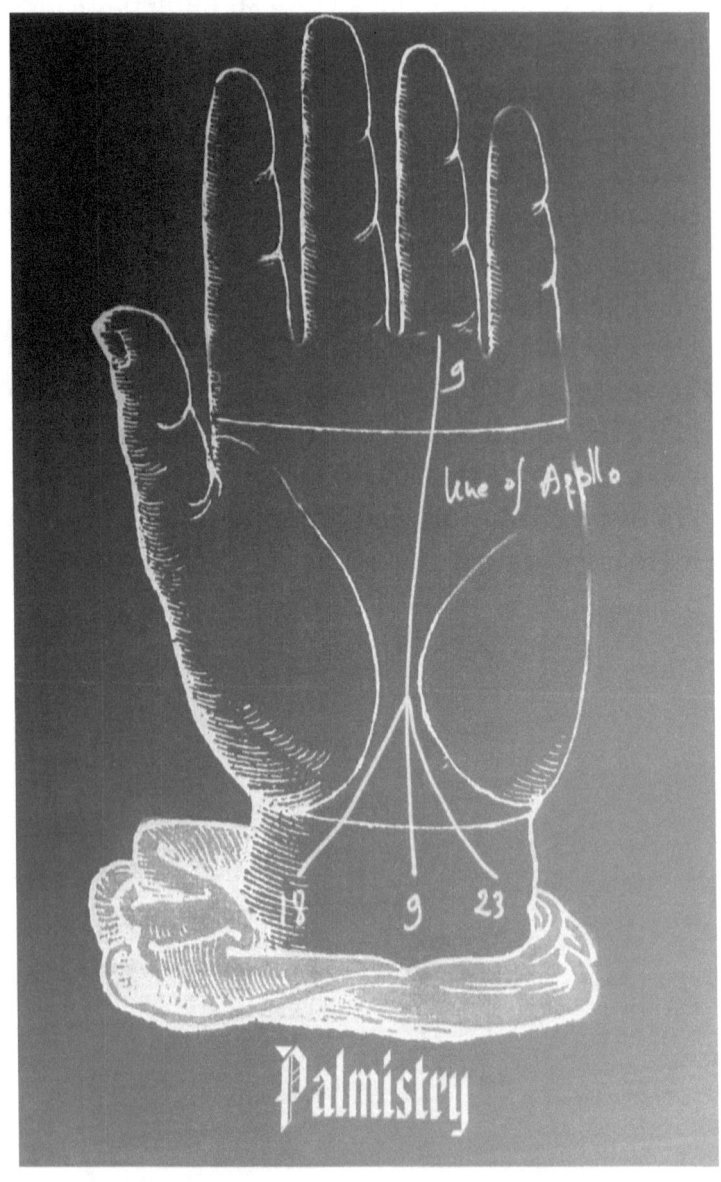

ĐƯỜNG CHỈ TAY SỐ 9: AZUEL

Tên Chính Thức: Azuel (tiếng Latin).

Tên Khác: Ligne du Soleil, Ligne d'Apollo (tiếng Pháp), Line of Apollo, Line of Sun, Line of Success, Line of Brilliancy (tiếng Anh), Linea Honoris, Linea Solis (tiếng Latin), Nhật Tinh Đạo, Nhật Thần Đạo, Đồng Mệnh Đạo (tiếng Việt).

Mã Số: (9)

Vị Trí: Đường Azuel đi từ gò Thái Dương đi thẳng xuống bồn địa Địa Tinh. Đây là đường phức tạp nằm trong cụm các đường thuộc về đường Nhật Tinh Đạo (đường Nhật Thần Đạo, hoặc Line Of Apollo, Line of Sun). Trong thuật xem chỉ tay, đường Nhật Tinh là đường thường mờ ảo, có nhiều dị biệt giữa các sách, tùy quan niệm của người viết sách. Bao gồm các đường Azuel (Đồng Mệnh Đạo, Mã Số 9), Turmantis (Chính Mệnh Đạo, Mã Số 23), Michulais (Khổ Mệnh Đạo, Mã Số 18). Nếu đường này từ gò Thái Dương thịnh biến lệch về gò Thái Âm thay vì đến bồn địa Địa Tinh thì trở thành đường Turmantis (Chính Mệnh Đạo, Mã Số 23), còn nếu từ gò Thái Dương thịnh biến lệch về gò Kim Tinh thì trở thành đường Michulais (Khổ Mệnh Đạo, Mã Số 18). Đường này cũng có thể suy biến thành một đường cụt ngắn, thẳng từ gò Thái Dương hướng về cổ tay. Đường này không suy biến ở hướng ngược lại. Đường này có thể dính liền với Sabaoth (Tư Tưởng Đạo, Mã Số 2), đi từ gò Hỏa Tinh đến gò Thái Dương, là đường trùng sinh với đường Turmanlis. Đường này cũng có thể dính liền với đường Zamendres (Hôn Nhân Đạo, Mã Số 16), rất ngắn, đi từ gò Thái Dương đến gò Thủy Tinh kế bên. Đường này cũng có thể dính liền với đường Jaus (Tài Lộc Đạo, Mã Số 4), đi từ gò Thủy Tinh đến gò Kim Tinh. Đường này và đường Zamendres (Hôn Nhân Đạo, Mã Số 16) là hai đường hợp nhất hay đường khắc sinh, tức là có đường này thì không có đường kia trên bàn tay. Tuy nhiên trong nhiều trường hợp, nó kết hợp tạo thành một đường ngắn gắng liền hai gò Thủy Tinh và gò Thái Dương sau đó chọc thẳng xuống lòng bàn tay hướng về phía cổ tay. Zamendres là thượng đạo (đường nằm trên), còn Azuel là hạ đạo (đường nằm dưới). Nên dù Azuel có đường đi từ Thái Dương đến Địa Tinh, nhưng luận giải vẫn lấy theo đường Zamendres, tức là tính đi từ gò Thái Dương đến Thủy Tinh.

Ý Nghĩa: Thái Dương trong Song Tử (Sun in Gemini) được định nghĩa như là Artistry of Brothers, ám chỉ đến những người phò trợ mình trong sự nghiệp. Nó là sự kết hợp của Thái Dương mang ý nghĩa là người lãnh đạo về ý tưởng, người truyền ý tưởng, truyền lửa; còn Song Tử ám chỉ tình anh em thân thuộc. Đây là một trong ba yếu tố cấu thành của sự thành công trong dự đoán chỉ tay: Đồng Mệnh (mức độ hi sinh của phụ tá cho sự nghiệp), Chính Mệnh (mức độ phục dựng sự nghiệp sau khó khăn), Khổ Mệnh (mức độ bản thân hi sinh cho sự nghiệp). Đường này mở rộng ra bao gồm những đồng minh, những tri kỉ, những người phò tá và thuộc cấp.Trường hợp suy biến, đây trở thành một đường ám chỉ sự một cá nhân xuất chúng, nhưng thiếu người hỗ trợ, thường hoạt động độc lập và thành công. Đường này nếu là một vạch thẳng xuống bồn địa Địa Tinh, không lệch về gò Thái Âm hoặc gò Kim Tinh là một người kiệt xuất, được phò tá bởi nhiều người giỏi, biết cách chỉ đạo những người giỏi phục vụ cho bản thân. Trường hợp bị lệch về bên phía gò Thái Âm, nhưng không đi vào vùng gò Thái Âm, ám chỉ những người giỏi nhưng hay ảo tưởng về sự tài giỏi của bản thân, hoặc ảo tưởng quá mức tài năng của những thuộc cấp. Ngược lại nếu lệch về gò Kim Tinh, nhưng chưa đi vào gò này, thì tuy có người giỏi, nhưng dễ bị mua chuộc bởi tiền tài, hoặc do thuộc hạ thiếu đam mê. Trường hợp đã đi vào gò Thái Âm hoặc gò Kim Tinh thì trở thành hai đường khác, cần phải xét khác đi.

Lịch Sử: Đường này có nhiều luận giải trái ngược nhau. Nhà tiên tri Paul Christian cho cung này là "sự hư vinh, hão vọng và không chú tâm", có thể giải thích khi đường này tiếp cận gò Thái Âm, dưới sự ảo tưởng do gò này mang lại, khiến cho người mang đường này hay ba hoa, khoác lác, hoặc thậm chí có chí hướng nhưng không đủ thực tài. Nhà huyền học Mc.G.Mathers gáng cho giá trị "tàn tích", có thể giải thích trường hợp bị ảnh hưởng bởi gò Kim Tinh, thiếu đi nền tảng vững chắc, khó thành việc, chỉ có thể tạo nên tiếng vang, chứ không giữ được thành quả. Chiero luận giải có phần phức tạp hơn. Trường hợp đường này ngả về phía gò Kim Tinh, ông luận rằng người này sẽ thành công bất kể giai cấp, nhưng không phải do may mắn. Luận giải này đến từ điểm, đường này sẽ cắt ngang Line of Life (Sinh Đạo, Mã Số 21), chứ không phải do ảnh hưởng của gò Kim Tinh. Trường hợp đường này ngả về phía gò Thái Âm, ông đoán rằng người này thành công phụ thuộc vào người khác, rất thất thường, không ổn định. Nhìn chung, luận giải của Chiero trong đường này phụ thuộc vào các đường cắt và lân cận, chứ không xét riêng mối quan hệ với các gò xung quanh. Điều này cũng dễ hiểu, khi đường này nằm ở giữa bàn tay, ngay khu vực Tam Giác (Triangle) của bàn tay, chứa mọi đường cắt thì cách lý luận này cũng không phải vô lý. Tuy nhiên, ta lại gặp sự thiếu thốn tư liệu khi xét riêng đường và các gò xung quanh. Theo Rosa Baughan trong cuốn The Handbook of Palmistry: Đường

Thái Dương (The Line of the Sun) bắt đầu từ Đường Sinh (The Line of Life) hoặc Gò Thái Âm (the Mount of the Moon), sau đó đi lên tạo thành một vết trên Gò Thái Dương (the Mount of the Sun) nhưng dừng lại ở gốc ngón tay. Khi đường này thẳng, rõ nét và đi theo hướng đã mô tả, nó báo hiệu sự nổi tiếng trong văn học hoặc nghệ thuật, dù là thơ ca, hội họa, điêu khắc hay âm nhạc. Các gò núi phần nào quyết định loại hình nghệ thuật được yêu thích. Với Gò Kim Tinh vượng, có thể là âm nhạc hoặc hội họa; với Gò Thái Âm phát triển mạnh, có thể là thơ ca - hoặc ít nhất là văn học uyên thâm. Những người có Đường Đường Sinh theo hướng này, ngay cả những người không phải nghệ sĩ theo nghề nghiệp và định mệnh đặt họ vào những ngành nghề không nghệ thuật, họ sẽ luôn có gu thẩm mỹ, mắt tinh về màu sắc, tai nghe nhạc hoặc khả năng cảm nhận cái đẹp trong hình thức hoặc ngôn ngữ. Nếu đường chỉ bắt đầu từ Đường Tâm (The Line of Heart) thì cảm xúc nghệ thuật chỉ là sự đánh giá, không phải sáng tạo, nhưng khi nó vươn lên đến Gò Thái Âm, nó biểu thị sức mạnh sáng tạo. Nếu Đường Đường Sinh phân chia thành nhiều nhánh khi đi qua Gò Thái Dương, điều đó cho thấy xu hướng trau dồi nhiều lĩnh vực nghệ thuật, điều này ngăn cản thành công thường đi kèm với cảm xúc nghệ thuật quá mức khi chỉ bó hẹp trong việc thể hiện một loại hình nghệ thuật đặc biệt; nó cũng cho thấy sự phấn đấu quá nhiều cho hiệu ứng trong nghệ thuật; nó biểu thị nhiều hơn cho người thích nghệ thuật hoặc người bảo trợ nghệ thuật nói chung hơn là nghệ sĩ thuần túy. Khi Đường Đường Sinh trên đường đi lên bị chặn bởi nhiều đường ngang, sẽ có những trở ngại trong sự nghiệp nghệ thuật; nhưng nếu đường tiếp tục và tạo thành một rãnh sâu đơn trên gò cho đến khi nó chạm đến gốc ngón tay, những trở ngại này cuối cùng sẽ bị chinh phục và thành công, của cải, danh dự và sự nổi tiếng sẽ đạt được. Trong bàn tay mà Đường Đường Sinh bắt đầu phía trên Đường Trí (The Head Line), đường sâu ở cuối chỉ có nghĩa là giàu có sau 50 tuổi và không liên quan gì đến nghệ thuật.

Nhầm Lẫn: Turmantis (Chính Mệnh Đạo, Mã Số 23), Michulais (Khổ Mệnh Đạo, Mã Số 18), Sabaoth (Tư Tưởng Đạo, Mã Số 2), Zamendres (Hôn Nhân Đạo, Mã Số 16), Jaus (Tài Lộc Đạo, Mã Số 4).

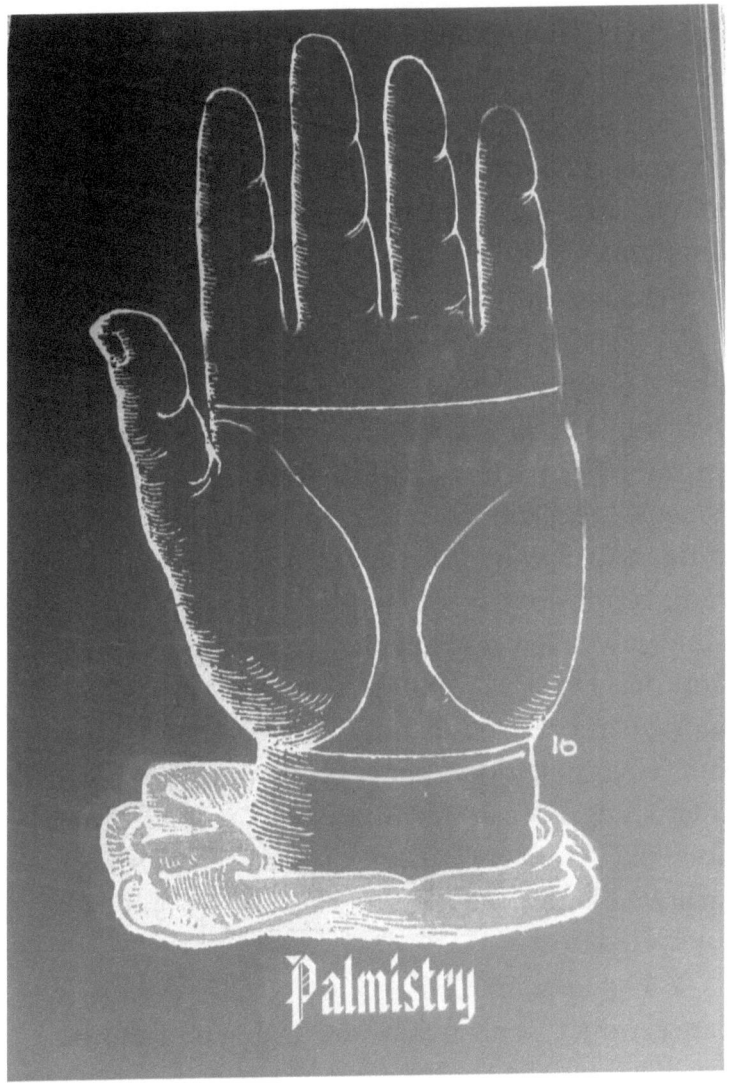

ĐƯỜNG CHỈ TAY SỐ 10: SENETOIS

Tên Chính Thức: Seneptois (tiếng Latin).

Tên Khác: Ligne de bracelet (tiếng Pháp), Rascebla, Rascetta (tiếng Latin), Rascette Line, Bracelet Line (tiếng Anh), Thủ Trạc Đạo, Phụ Mẫu Đạo (tiếng Việt).

Mã Số: (10)

Vị Trí: Những đường vòng ngang cổ tay đều là đường Seneptois, theo định nghĩa là đi từ Vòm Địa Tinh (Mã Số 42) đến chính nó. Đường này và hai đường Sarnotois (Trí Đạo, Mã Số 16), đường Psineus (Ác Dâm Đạo, Mã Số 19) là các đường trùng sinh. Sarnotois là thượng đạo (đường nằm trên), còn Seneptois và Psineus là hạ đạo (đường nằm dưới). Nên dù Seneptois có đường đi từ Địa Tinh đến Địa Tinh, nhưng luận giải vẫn lấy theo đường Sarnotois, tức là tính đi từ gò Thái Âm đến Kim Tinh nên được gáng tương ứng với vị trí Phân Cung (Decan) số 10, tức là Kim Tinh trong Cự Giải (Venus in Cancer), Cự Giải có chủ tinh là Thái Âm. Đường này không có đường thịnh biến, suy biến nào cả.

Ý Nghĩa: Kim Tinh trong Cự Giải (Venus in Cancer) được định nghĩa như là Love of Parent, đại diện cho cha mẹ và các mối quan hệ với cha mẹ. Ý nghĩa của đường này ám chỉ về tuổi thơ, cha mẹ và cá mối quan hệ với tổ tiên. Nó kết hợp giữa vấn đề tình yêu trong Kim Tinh và quan hệ cha mẹ trong Cự Giải. Cự Giải được làm chủ bởi Thái Âm, chủ về sự hồi ức, trí nhớ, trí tưởng tượng...Một số luận giải về đường này mở rộng ám chỉ đến cái chết của cha mẹ, hoặc sự tác động của tổ tiên, dòng tộc, tước hiệu gia tộc và các vấn đề huyết thống.

Lịch Sử: Nhà chưởng thủ tướng học Chiero đánh giá đường Seneptois là đường chứa ít thông tin về cuộc đời. Đường này thường được phân thành ba đường nhỏ gọi là Ba Vòng Tay Hi Lạp ("Greeks's Bracelets") gồm vòng Sức Khỏe, vòng Tài Sản và vòng Hạnh Phúc, tính từ bàn tay vào cổ tay. Truyền thuyết này được Chiero kể lại trong cuốn sách của mình, rằng thời kỳ Hi Lạp cổ đại, những người phụ nữ trước khi lấy chồng, đều phải thông qua một chủ tế kiểm tra ba vòng này trên tay. Nếu vòng này tiến sâu vào bàn tay tạo thành một cái vòm, thì người phụ nữ sẽ bị buộc ở lại đền làm hầu đồng (nữ đồng trinh, "Vestal Virgins"), mà không được kết hôn. Chiero luận giải rằng đường như vậy sẽ cản trở việc sinh con, hoặc sinh ra những đứa con bệnh tật, hoặc là những người này mang dấu hiệu liên quan đến tình dục quái dị. Điểm này có cơ sở vì đường trùng sinh của Seneptois là đường Psineus (Ác Dâm Đạo, hoặc Via Lasciva, Mã Số 19), nằm ngay trên của đường này, cách khoảng vài phân, có hình dạng một cái vòm, thì liên quan đến các tật dâm đãng, dâm dật. Mặc dù không hoàn toàn tin vào Chiero, chúng ta đồng ý rằng đường này liên quan đến dấu hiệu của cha mẹ, việc mang thai hoặc vấn đề sinh nở. Sự phân cung trong đường này dường như ít liên quan đến chủ đề của đường này: nhà tiên tri Paul Christian coi là "cởi mở, hòa đồng, thông cảm", còn nhà huyền học Mc.G.Mathers đánh giá là "tình yêu và hòa hợp". Tôi coi ba đường Hi Lạp tương ứng với ba vấn đề của quan hệ cha mẹ - con cái: sức khỏe (thai nhi, tuổi thơ), tiền tài (tuổi thơ sung túc), và tình cảm (tình yêu thương của cha mẹ). Theo Katharine St. Hill trong cuốn "The grammar of palmistry", Thủ Trạc Đạo là những đường nằm ngang bao quanh cổ tay. Tuy nhiên, chỉ những đường nằm gần bàn tay mới có ý nghĩa. Thủ Trạc Đạo cho biết tuổi thọ - mỗi đường được cho là báo trước khoảng ba mươi năm tồn tại - sức khỏe, tài lộc và hạnh phúc. Một đường nét rõ ràng, không bị cắt ngang và sâu cho thấy một cuộc sống hạnh phúc, dù ngắn ngủi, và tính cách điềm đạm, và số lượng đường càng nhiều, nếu được tạo thành tốt, thì hứa hẹn về may mắn và hạnh phúc càng lớn. Một Thủ Trạc Đạo gồm bốn đường được gọi là "Vòng Hoàng Gia", và báo hiệu rằng người sở hữu may mắn sẽ đạt được tất cả những gì thế giới này có thể mang lại. Nếu các đường hướng lên bàn tay, đó là dấu hiệu của những ý tưởng cao quý và quan điểm sống cao đẹp; nếu chúng đi xuống, đó là dấu hiệu của sự tầm thường. Nếu các đường bị nối thành chuỗi, điều đó sẽ cho thấy một cuộc sống lao động vất vả; nhưng nếu chúng tiếp tục mà không bị đứt đoạn, thì cuối cùng thành công sẽ đạt được. Nếu các đường bị đứt đoạn nhiều, nó cho thấy rắc rối, đau khổ, và với các dấu hiệu xấu khác đi kèm, thậm chí là sự ô nhục. Một chữ thập trên Thủ Trạc Đạo, được đánh dấu rõ ràng và đều, là dấu hiệu của thừa kế hoặc thu nhập bất ngờ. Một góc nhọn hứa hẹn thừa kế lớn và tuổi già được kính trọng. Các nhánh trên Thủ Trạc Đạo cũng là dấu hiệu của sự khác biệt và danh dự. Các đường kẻ từ Thủ Trạc Đạo lên Gò Thái Âm cho thấy những chuyến đi dài và hải trình; nếu chúng kết thúc bằng một ngôi sao trên gò, đó là một cảnh báo về tình trạng đắm tàu; nếu ở cả hai bàn tay, đó là nguy cơ chết đuối. Nếu một đường kẻ từ cổ tay lên Gò Mộc Tinh, chủ thể sẽ đi rất xa, có thể là đi vòng quanh thế giới hơn một lần. Tuy nhiên, nếu đường này hướng về Gò Thái Dương, nó sẽ cho thấy một cuộc sống sung sướng và danh tiếng nhờ sự ưu ái của những người vĩ đại; nhưng nếu nó cắt ngang gò Thái Âm, và đến gò Hỏa Tinh thì đi vòng quanh ngón giữa của bàn tay, nó sẽ cho thấy bất hạnh và khổ nạn lớn, đặc biệt nếu đường này cũng không đều, bị đứt đoạn hoặc nối thành chuỗi.

Nhầm Lẫn: đường này hầu như không lầm lẫn. Nhưng chúng ta có thể nhầm nghĩa của nó với đường trùng sinh của đường này là đường Psineus (Ác Dâm Đạo, Mã Số 19).

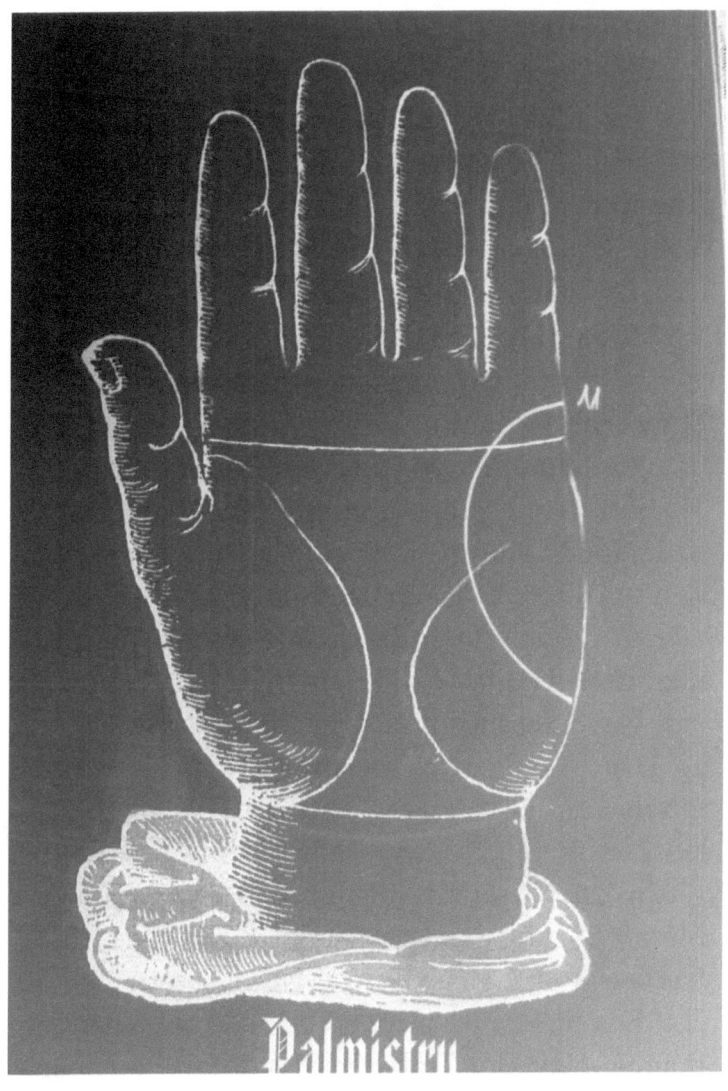

ĐƯỜNG CHỈ TAY SỐ 11: SOMACHALMAIS

Tên Chính Thức: Somachalmais (tiếng Latin).

Tên Khác: Ligne des Maladies, Ligne des Maladies d'Esprit, Ligne de Hérésie, Ligne de l'Intuition (tiếng Pháp), Line of Intuition (tiếng Anh), Trực Giác Đạo, Suy Thần Đạo, Bệnh Tật Đạo, Dị Giáo Đạo (tiếng Việt).

Mã Số: (11)

Vị Trí: Một đường cong bán cung đi từ gò Thủy Tinh (Mount of Mercury, Mã Số 39) ngay vị trí ngón giữa đến gò Thái Âm (Mount of Moon, Mã Số), tương ứng với vị trí Phân Cung (Decan) số 11, tức là Thủy Tinh trong Cự Giải (Mercury in Cancer), Cự Giải có chủ tinh là Thái Âm. Đường này có thể suy biến thành một đường cung mờ nhạt từ rìa bàn tay ở vị trí gò Thủy Tinh tạo thành một bán cung theo hướng gò Thái Âm (suy biến ở gò Thái Âm); hoặc có thể suy biến gò Thủy Tinh, tạo thành một bán cung đi từ gò Thái Âm ngược lên hướng về gò Thủy Tinh. Đường này có thể nhầm lẫn với đường Samurois (Huynh Đệ Đạo, Mã Số 8), Aulathamas (Thiên Sư Đạo, Mã Số 1), Necbeuos (Tử Mệnh Đạo, Line of Death, Mã Số 22). Đường Samurois thịnh biến do gò Thái Âm đổi thành gò Hỏa Tinh bên trên đường cũ khoảng vài phân. Chú ý rằng đường Samurois tạo thành đường thẳng khi tiến đến gò Thủy Tinh, trong khi đường Somachalmais (Trực Giác Đạo, Mã Số 11) tạo thành đường bán cung chạy đến rìa tay. Hai đường Aulathamas và đường Necbeuos đều là đường phát xuất từ gò Hỏa Tinh đi xuống, nên không phải là thịnh biến của Somachalmais , nhưng rất gần Somachalmais. Cả 2 đường này đều là đường bán cung, đi từ rìa của bàn tay đánh vòng rồi về lại rìa bàn tay, nên dễ bị nhầm.

Ý Nghĩa: Thủy Tinh trong Cự Giải (Mercury in Cancer) được định nghĩa là Communication of Ancestor, hàm ý là sự tiên tri, trực giác, gọi hồn. Thủy Tinh đại diện cho sự giao tiếp, và quan hệ, trong khi Cự Giải đại diện cho cha mẹ hoặc tổ tiên. Cự Giải thuộc Thái Âm, chủ của vấn đề tâm linh. Đó là lý do vì sao đường này được gọi là đường Trực Giác Đạo. Những người có đường này, có xu hướng tâm linh rõ rệt, có thể tiên tri và gọi hồn, hoặc có trực cảm, linh cảm mạnh mẽ. Nếu bị suy biến ở gò Thủy Tinh, sự kết nối trong giao tiếp với tổ tiên bị yếu đi, ngược lại yếu tố Thái Âm mạnh mẽ tạo cho sự Âm Tính và yếu ớt, đường này được xem như đường báo hiệu bệnh tật và đau yếu về thể xác lẫn tinh thần. Nếu bị suy biến ở gò Thái Âm, đường này trở thành đường Dị Giáo Đạo. Thiếu đi sự chỉ dẫn của tổ tiên, chỉ đơn thuần chỉ là sự giao tiếp của cõi âm, do bị suy biến ở gò Thái

Âm, đường Somachalmais ám chỉ kẻ gọi hồn hay phù thủy làm việc vì tiền bạc.

Lịch Sử: Đường này hầu như thống nhất quan niệm từ thời trung cổ, không hề thay đổi nhiều. Nhà chưởng thủ tướng học Chiero gọi đường này thể hiện sự nhạy cảm, linh cảm cao độ, hoặc linh cảm và tiên tri ở tầm mức cao, một giấc mơ rõ ràng về những thứ sẽ đến (nguyên văn "It denotes an extra highly-strung sensitive temperament, also presentiments, inspiration, clairvoyance of the highest kind, clear vivid dreams which often come to pass"). Nhà chưởng thủ tướng học Jean Belot thì gọi đường này là đường Dị Giáo Đạo (ligne de hérésie). Trường hợp bị suy biến ở gò Thủy Tinh, Jean Belot đưa các đường này vào các đường Bệnh Tật Đạo (Ligne des Maladies) hoặc Suy Thần Đạo (Ligne des maladies d'esprit, bệnh về tinh thần). Rõ ràng là Jean Belot đã đúng, những người thiếu đi sự hỗ tương của Thủy Tinh về mặt giao tiếp, chỉ còn lại Thái Âm chi phối, người ta dễ trở nên điên loạn hoặc bệnh tật. Đa số những người hành nghề phù thủy, qua thời gian trở nên yếu ớt hay điên loạn, thường là bởi vì chỉ tay của họ sẽ có đường nối với Thủy Tinh mờ nhạt. Những người này chỉ nên sử dụng mối liên hệ này cho những việc nhỏ trong gia đình, không nên làm cho số đông. Ngược lại, nếu suy biến ở Thái Âm, đường này sẽ chỉ ám chỉ đến những kẻ chỉ biết đến tiền bạc dựa vào tâm linh. Nhà tiên tri Paul Christian gọi phân cung này là "khuynh hướng hứng chịu những lời đồn ác ý, nhưng có tiền tài dư dả", là ứng với vị trí suy biến này. Theo Katharine St. Hill trong cuốn "The grammar of palmistry", Đường Trực Giác không phải là một đường rất phổ biến, và theo quy tắc, chỉ được tìm thấy trên bàn tay giàu trí tưởng tượng hoặc trí tuệ. Đường này nên bắt đầu từ trên hoặc dưới gò Thái Âm, và đi theo hình bán nguyệt lên hoặc hướng tới gò Thuỷ Tinh. Nếu đường này rõ ràng, thẳng và hẹp, nó sẽ cho thấy trực giác, khả năng đọc suy nghĩ và thôi miên. Chủ thể sẽ có hứng thú với khoa học huyền bí, bói toán, thấu thị, và nếu có dấu hiệu hòn đảo gần đầu đường, đó là một món quà của linh cảm. Nếu đường phân nhánh, ngoằn ngoèo hoặc ngắn, sẽ có nguy cơ thay đổi thất thường và quá tưởng tượng, dẫn đến điên cuồng. Khi Đường Trực Giác tạo thành hình tam giác với Đường Mệnh và Đường Trí, người ta cho rằng nó chỉ ra một nhà chiêm tinh giỏi, có tài xem tướng bàn tay.

Nhầm Lẫn: Thường lầm với đường Samurois (Huynh Đệ Đạo, Mã Số 8), Aulathamas (Thiên Sư Đạo, Mã Số 1), Necbeuos (Tử Mệnh Đạo, Line of Death, Mã Số 22). Như đã nói ở trên, đường Samurois có một đoạn thẳng, chứ không phải bán cung, trong khi hai đường còn lại là đường bán cung đi từ rìa bàn tay đến rìa bàn tay, nhưng lại đi từ gò Hỏa Tinh, thấp bên dưới gò Thủy Tinh, rất dễ nhận ra nếu để ý kỹ lưỡng.

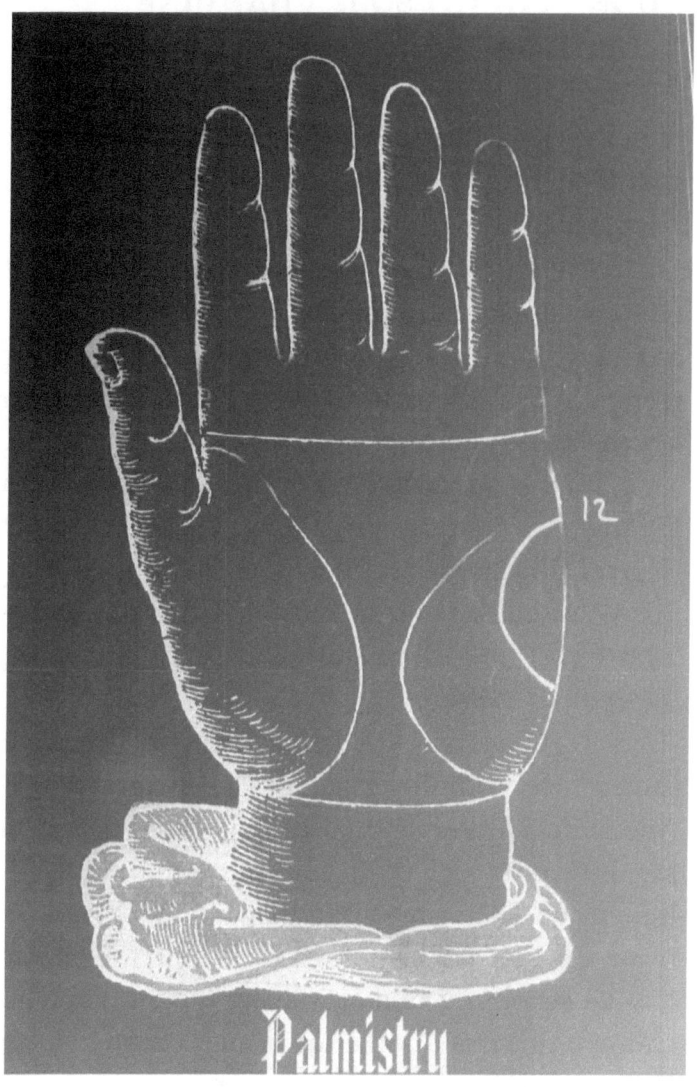

ĐƯỜNG CHỈ TAY SỐ 12: CHARMINE

Tên Chính Thức: Charmine (tiếng Latin).

Tên Khác: Ligne de Maladie d'Esprit, Ligne de Stérilite (tiếng Pháp), Illusion Line (tiếng Anh), Ảo Giác Đạo (tiếng Việt).

Mã Số: (12)

Vị Trí: Đường này tạo thành hình bán cung, đi từ rìa trên bàn tay ở gò Thái Âm, đi đến rìa dưới bàn tay cũng ở gò Thái Âm, tương ứng Thái Âm trong Cự Giải (Moon in Cancer). Đường này có hai suy biến, hoặc suy biến ở rìa trên, gần gò Hỏa Tinh, hoặc là suy biến ở rìa dưới, gần cốc Địa Tinh. Đường này thường song song với đường Frich (Ngân Hà Đạo, Mã Số 15). Đường này cùng đường Frich thường bị xem là một biến thể của đường Sinh Đạo (Line of Health) như nhà chưởng thủ tướng học Chiero.

Ý Nghĩa: Thái Âm trong Cự Giải (Moon in Cancer) được định nghĩa như là Imagination of Ancestor, đại diện cho ảo tưởng và huyền bí. Nó kết hợp giữa đại diện của sự tưởng tượng, bí huyền của Thái Âm và đại diện cho tổ tiên, gia tộc trong Cự Giải. Cự Giải được làm chủ bởi Thái Âm, chủ về sự những bí mật, những huyền bí... Nhìn chung nghĩa của đường này là sự ảo tưởng về bản thân, ảo tưởng về gia tộc hoặc ở mức cao hơn liên hệ với các vấn đề tâm linh và bói toán. Nếu bị suy biến ở rìa trên, đường sẽ mang nhiều tính chất liên quan đến sức khỏe, chẳng hạn như chứng ảo tưởng hoặc bệnh tâm thần do bị chi phối bởi sự thái quá tưởng tượng của Thái Âm. Nếu suy biến ở rìa trên, đường sẽ mang tính chất mạnh của Cự Giải, ám chỉ sự ảo vọng liên đới với tính gia tộc, tổ tiên, mà cụ thể là sự nối dõi.

Lịch Sử: Đường này bị nhà chưởng thủ học Chiero gắng vào biến thể của đường Sinh Đạo (Line of Health) nhưng không phải hoàn toàn vô lý, vì khi đường này suy biến ở rìa trên, mô tả trạng thái sức khỏe liên quan đến việc nối dõi, còn nếu suy biến ở rìa dưới thì mô tả trạng thái sức khỏe liên quan đến tâm thần. Ở cả hai trường hợp, Chiero đều có lý. Tuy nhiên, việc tách đường này ra khỏi Sinh Đạo là để tách ra khỏi các trạng bệnh liên quan thân thể mà đường này không có bất kỳ liên quan gì. Nhà chưởng thủ tướng học Jean Belot cũng khá đúng khi mô tả đường này. Khi bị suy biến ở rìa trên, ông gọi đường này là Vô Hậu Nhân Đạo, tức là đường Vô Sinh không con cái (Ligne de Stérilite, Sterilite là chứng vô sinh). Khi bị suy biến ở rìa dưới, ông gọi chùm các đường đó là đường bệnh về tinh thần (Ligne des Maladies d'Esprit). Mặc dù ông tách đường này thành hai đường khác nhau, nhưng vẫn phù hợp với ý nghĩa của đường này. Nhà tiên tri Paul Christian gọi phân cung này là "sự ỷ lại vào vũ lực" có vẻ không liên quan gì lắm đến ý nghĩa của đường.

Nhầm Lẫn: Frich (Ngân Hà Đạo, Mã Số 15), Disornafais (Sinh Lực Đạo, Mã Số 3).

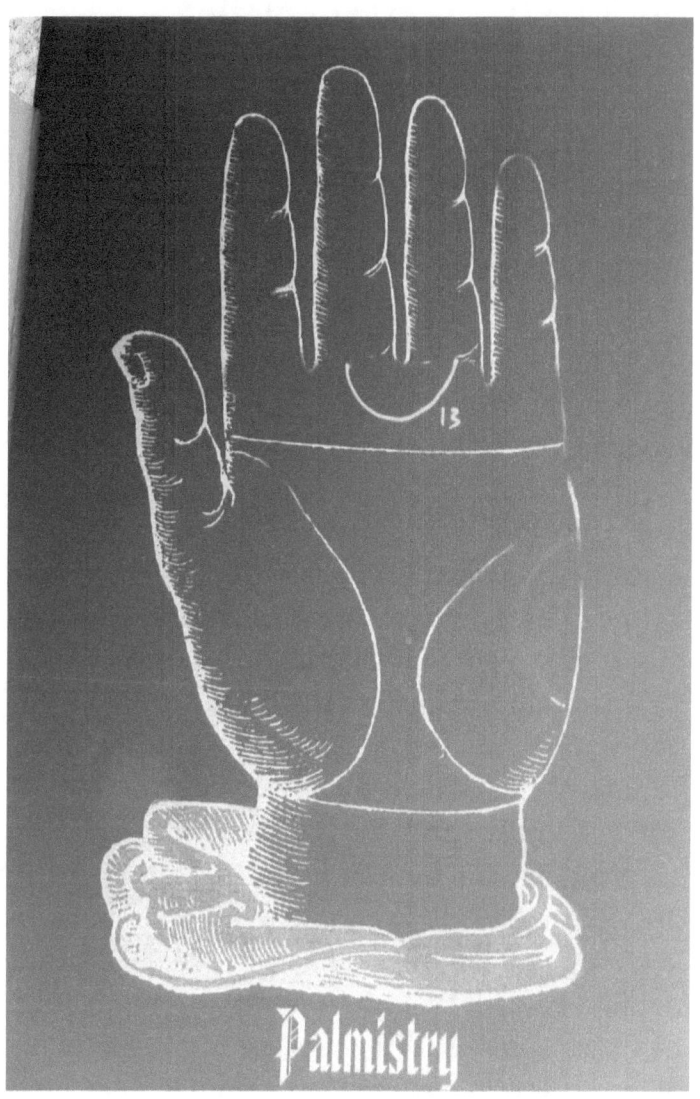

ĐƯỜNG CHỈ TAY SỐ 13: ZALOIAS

Tên Chính Thức: Zaloias (tiếng Latin).

Tên Khác: Ceinture de Venus (tiếng Pháp), Girdle Of Venus (tiếng Anh), Cingulum Veneris (tiếng Latin), Kim Tinh Biên, Vòng Kim Tinh (tiếng Việt).

Mã Số: (13)

Vị Trí: đường cong đi từ gò Thổ Tinh đến gò Thái Dương, tương ứng phân cung (decan) thứ 13 là Thổ Tinh trong Sư Tử (Saturn in Leo). Đường này có thể suy biến ở cả hai hướng. Nếu suy biến ở gò Thổ Tinh (tức là vị trí ở gò Thổ Tinh mờ nhạt hay mất hẳn), đường này có thể lầm với đường Zachor (Bá Quyền Đạo, Mã Số 14) khi bị suy biến, đi từ gò Thái Dương xa hơn đến gò Mộc Tinh. Nếu bị suy biến ở gò Thái Dương, đường này có thể bị nhầm với đường Luxois (Thiên Tài Đạo, Mã Số 32) dài hơn, đi từ gò Thổ Tinh đến gò Thủy Tinh. Đường này là đôi khi được coi là Chính Đạo, đôi khi được coi là Thứ Đạo.

Ý Nghĩa: Thổ Tinh trong Sư Tử (Saturn in Leo) được định nghĩa là Dominance of Children, hàm ý là những người nghiêm khắc, hoặc có thể đến mức nghiêm khắc, hoặc tệ hơn là gia trưởng, hay bạo hành gia đình. Sư Tử thuộc về Thái Dương, đại diện cho yếu tố con cái. Thổ Tinh đại diện cho sự thuần hóa, hoặc hà khắc. Ý nghĩa của đường này ám chỉ người có xu hướng bạo lực, hoặc gia trưởng với gia đình, con cái, mở rộng ra, có thể là người thiếu kiềm chế, do không khống chế được nỗi buồn bên trong (Thổ Tinh còn đại diện cho nỗi buồn thần kín, khó khống chế). Nếu bị suy biến ở Thái Dương (thiếu đi yếu tố con cái), đường này sẽ chỉ về những người có xu hướng bạo lực nói chung (với xã hội). Nhưng nếu bị suy biến ở Thổ Tinh (thiếu đi yếu tố hà khắc), đường này biểu trưng cho một người nghiêm khắc, ít bộc lộ được tâm sự hoặc có thể mang một tư tưởng kỳ quái, khó thể hiện được ra bên ngoài.

Lịch Sử: Đường này được nhắc rất nhiều trong sách cổ điển, nhưng thường lại rất xung đột ý kiến với nhau. Lý do là vì đường này thường bị ghép lại bởi nhiều đường nhỏ hơn, mang ý nghĩa khác biệt khá lớn. Tôi cho rằng đường này được diễn tả tốt nhất bởi nhà tiên tri Paul Christian khi nói về phân cung 13: "bản năng bạo lực với đam mê quỷ quái" ("a violent nature with evil passions".). Nhà huyền học Mc.G.Mather đơn thuần dùng chữ "sự xung đột" để nói về phân cung này. Nhà chưởng thủ tướng học Chiero có vẻ đồng ý với quan niệm chung này, nhưng có xu hướng gắng nó với tư tưởng về tình dục/tình cảm như (hầu hết những nhà chưởng thủ tướng học khác coi đường này là biểu hiện của tình dục về mặt thể xác, vì nó gần với đường Zamendres là Hôn Nhân Đạo, và vì nó gắng liền với yếu tố tình cảm trong Kim Tinh), ông cho rằng, người có đường này ham thích tình dục, nhưng lại không thích thực hiện nó về thực tế, mà chỉ thích biểu thị nó qua sách vở (đọc hay viết) (nguyên văn "They love to read or write books on the subject of the "sex problem," but they are not inclined to put their theories and ideas into practice, at least with their own lives."). Điều này có thể giải thích bởi tính chất suy biến gò Thổ Tinh của đường này. Mặc khác, ông cũng nhận định về xu hướng bạo lực: "biểu hiện này quá năng động và nguy hiểm, tư tưởng của họ rất biến thái và không lành mạnh" ("this mark represents are much more active and dangerous,... The imaginings of such people are then morbid and unhealthy"). Theo Katharine St. Hill trong cuốn "The grammar of palmistry", Vòng Kim Tinh là một hình bán nguyệt, được tạo thành bởi một đường bắt đầu từ giữa ngón trỏ và ngón giữa, đi ngang hoặc bao quanh Gò Thổ Tinh và Gò Thái Dương, và kết thúc, khi hoàn hảo, giữa ngón giữa và ngón áp út. Nhà văn thời kỳ đầu và bậc thầy vĩ đại về Chưởng Tướng, Desbarolles, đã chọn coi đường này là dấu hiệu của sự xấu xa, một dấu hiệu của tham vọng giả dối, nói dối, tính khí lẳng lơ và nhục dục; và trong quan điểm này, họ đã được hầu hết các nhà xem tướng tay người Anh tán thành, mặc dù các nhà văn mới nhất đã thấy phù hợp để sửa đổi, ở một mức độ lớn, phán đoán nghiêm khắc của những người tiền nhiệm của họ; trên thực tế, một số người đã đi xa đến mức nói rằng nó không phải là một dấu hiệu của sự xấu xa, ngoại trừ khi đi kèm với các dấu hiệu xấu khác, và chỉ khi đường này bị đứt hoặc rối. Desbarolles, trong các tác phẩm của mình, luôn chia lòng bàn tay thành ba thế giới hoặc phân chia; trí tuệ, bao gồm các Gò và đường Tâm và đường Trí, vẽ một đường ngang từ điểm nối của ngón cái đến chân Gò Sao Thủy; thể chất, chứa đựng phần thịt của bàn tay, Đồng Bằng và Gò Sao Hỏa, vẽ một đường từ khớp ngón cái thấp nhất đến điểm nối của Gò Sao Hỏa và Gò Mặt Trăng; và nhục dục, bao gồm các Gò Sao Kim và Gò Mặt Trăng xuống đến cổ tay. Sự thật và giá trị của sự phân chia này, theo tôi tin, chưa bao giờ bị tranh cãi. Vậy thì, người ta có thể hỏi, làm thế nào mà một đường kẻ ngang qua điểm cao nhất của thế giới trí tuệ lại có thể là dấu hiệu của những phẩm chất luôn được phân biệt rõ ràng trong sự phát triển quá mức của phân khu thấp nhất? Do đó, tôi mạo muội, với tất cả sự tôn trọng đối với các nhà văn uyên bác và giàu kinh nghiệm đi trước tôi, để đề nghị rằng cách đọc trước đó về đường này có thể đã sai lầm, và thời điểm đã đến để có thể có cái nhìn mới về vấn đề này. Đối với bản thân tôi, có lẽ tôi có thể được phép nói thay cho một quan điểm mới, rằng trong gần năm năm nghiên cứu và trải nghiệm với tất cả các loại bàn tay ở cả hai phía của thế giới - và đôi khi tôi đã kiểm tra tới bốn mươi hoặc năm mươi bàn tay trong một ngày - tôi chưa bao giờ tìm thấy trong một trường hợp duy nhất mà cách đọc cũ là chính xác, hoặc đường này theo bất kỳ cách nào tương ứng với các dấu hiệu khác của cùng một khuynh hướng được tìm thấy trên bàn tay. Tôi luôn tìm thấy đường này trên những bàn tay thuộc loại tinh tế và trí tuệ nhất, những bàn tay có ngón tay thon dài, đường Tâm, chẻ nhánh với một vài nhánh nhỏ, đường nhạt, hẹp và hoàn toàn không có Gò Sao Kim. Trong hầu hết các trường hợp, tôi cũng nhận thấy ở bàn tay có cái gọi là Vòng Kim Tinh, rằng trong khi Đường Tâm mỏng, thì Đường Trí lại rất rõ nét, dài, dốc sâu và hẹp, và ngón cái có đốt lý trí dài và khỏe. Bàn tay cũng thường có rất nhiều đường và nét cắt ngang. Lý thuyết của riêng tôi, cho đến nay chỉ là một giả định, và nên được coi như vậy, là Vòng Kim Tinh này là dấu hiệu của nhiều bất hạnh; vì nó cắt ngang các Đường Mệnh và Đường Thái Dương, nên nó tước đoạt thành công tối thượng của chúng, và khi nó cắt ngang các Gò Sao Thổ và Gò Thái Dương, nó tước đoạt phần còn lại của bàn tay sự thận trọng và trí tuệ thế tục của Gò Sao Thổ trước đây, và danh tiếng và ánh nắng hạnh phúc được hứa hẹn bởi Gò Thái Dương sau này. Theo

Rosa Baughan trong cuốn The Handbook of Palmistry: Vòng Sao Kim dường như bao bọc các Gò Sao Thổ và Gò Mặt Trời, giống như một hòn đảo; đường này không xuất hiện trên nhiều bàn tay và khi được phát triển đầy đủ, nó biểu thị cho niềm đam mê không kiềm chế và sự trụy lạc theo mọi cách, khi kết hợp với nó, Gò Sao Kim được phát triển mạnh và được đánh dấu bởi các đường ngang dọc. Nếu, với các dấu hiệu được đề cập ở trên, Vòng Sao Kim được đánh dấu rõ ràng, nhưng bị đứt đoạn ở trung tâm trên cả hai bàn tay, thì đó là dấu hiệu của niềm đam mê lập dị và đồi bại; tuy nhiên, luôn có những thay đổi đối với các dấu hiệu xấu này, và một Đường Trí [Trí Đạo, Mã Số 5] rất tốt sẽ tác động lý trí lên cảm xúc, làm giảm đáng kể những dấu hiệu xấu của Vòng Đứt Đoạn. Khi Vòng Sao Kim xuất hiện trên một bàn tay mà cả gò Kim và gò Mặt Trăng đều được biểu hiện rõ ràng và được bao phủ bởi vô số đường nét nhỏ, thì đó là dấu hiệu thực sự của tính khí cuồng loạn. Đôi khi, Vòng Sao Kim sẽ được nhìn thấy đi lên và biến mất trên Gò Sao Thủy, để hở một đầu của hình bán nguyệt, điều này làm giảm bớt, ở một mức độ nào đó, bản năng ham mê tình dục khủng khiếp được biểu thị bởi dấu hiệu này; nhưng ngược lại, nếu hình bán nguyệt, sau khi mở rộng đến Gò Sao Thủy, lại khép lại ở gốc ngón tay, thì một dấu hiệu như vậy trên bàn tay sẽ cho thấy một sức mạnh đam mê khủng khiếp và mãnh liệt, không ngại bất kỳ phương tiện nào để đạt được mục đích.

Nhầm Lẫn: Đường này nếu bị suy biến sẽ dễ lầm với đường Zachor (Bá Quyền Đạo, Mã Số 14) và đườngđường Luxois (Thiên Tài Đạo, Mã Số 32). Khó lầm hơn, nhưng đường này bị nhiều nhà chưởng thủ tướng học xem là một biến thể của đường Zamendres (Hôn Nhân Đạo, Mã Số 16).

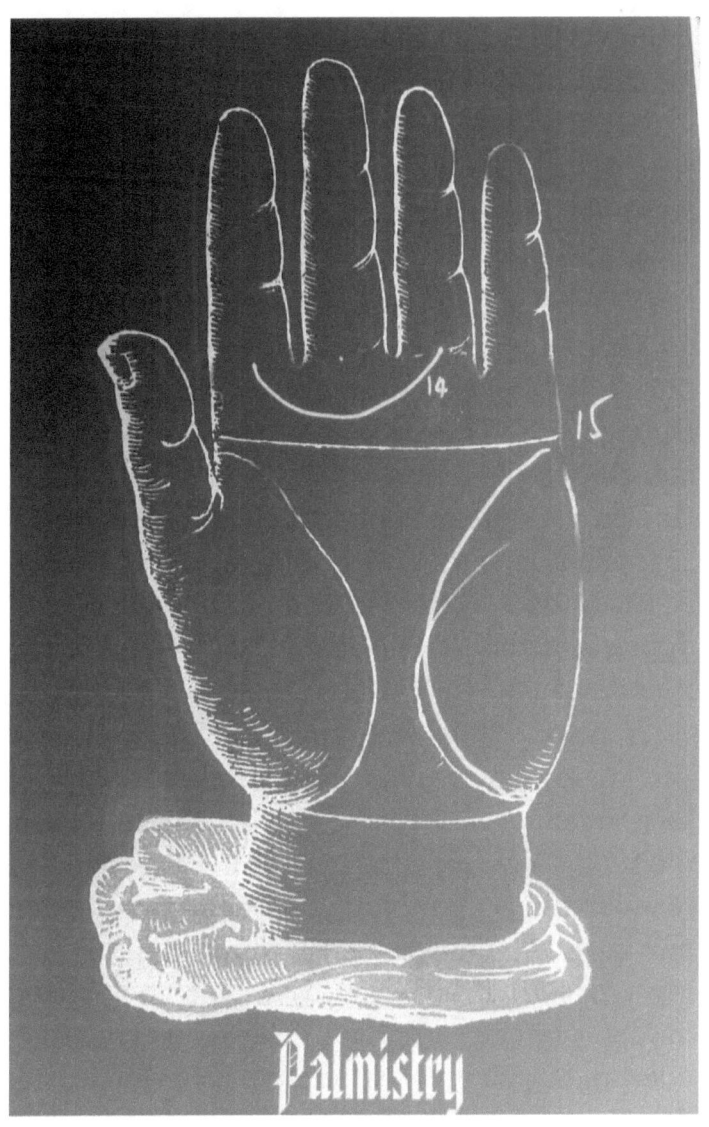

ĐƯỜNG CHỈ TAY SỐ 14: ZACHOR

Tên Chính Thức: Zachor (tiếng Latin).

Tên Khác: Ligne des Rois (tiếng Pháp), Line of King (tiếng Anh), Bá Quyền Đạo, Tướng Soái Đạo, Bá Vương Đạo (tiếng Việt).

Mã Số: (14)

Vị Trí: Đường cong này đi từ gò Mộc Tinh đến gò Thái Dương. Đường này ứng với phân cung thứ 14, là Mộc Tinh trong Sư Tử (Jupiter in Leo). Đường này là Thứ Đạo, có thể không có trên bàn tay. Đường này khi suy biến ở gò Mộc Tinh, dễ lầm lẫn với đường Zaloias (Kim Tinh Biên, Mã Số 13) ngắn hơn, đi từ Thổ Tinh đến gò Thái Dương. Nếu suy biến ở gò Thái Dương, dễ lầm lẫn với đường Renethis (Binh Nghiệp Đạo, Mã Số 27), một vệt rất ngắn nối từ gò Mộc Tinh đến Thổ Tinh.

Ý Nghĩa: Mộc Tinh trong Sư Tử (Jupiter in Leo) được định nghĩa như là Leadership of Descendants, đại diện cho một vị lãnh tụ tối cao, thủ tướng, hoặc tổng thống có ảnh hưởng đến hậu nhân. Ý nghĩa của đường này ám chỉ về những mối quan hệ vương triều hay chính quyền, ở tầng lớp cao của xã hội. Nó có thể mở rộng thành những vị trí chủ chốt trong xã hội (chủ tịch các hội đoàn, nghiệp đoàn..). Nó kết hợp giữa vấn đề lãnh đạo trong Mộc Tinh và quan hệ con cái, hậu nhân trong Sư Tử. Sư Tử được làm chủ bởi Thái Dương, chủ về sự sinh sôi, phát triển... Đây là đường được xem là thành công và thành đạt về mặt xã hội, theo nghĩa những người có chức quyền cao, và trong môi trường tranh đấu (chính trị, binh nghiệp...). Nếu suy biến ở Mộc Tinh, đường này gắng với sự ảnh hưởng đến hậu thế, nhưng thiếu sự thống lãnh của Mộc Tinh, điều đó có nghĩa là ám chỉ đến những nhà tư tưởng, nhà cải cách hoặc những người khơi mào một trào lưu hoặc một ý tưởng lưu danh hậu thế. Nếu suy biến ở gò Thái Dương, ý nghĩa của đường này mang chiều hướng thống trị, ở những vị trí như thủ tướng, tổng thống do ảnh hưởng mạnh của gò Mộc Tinh. Chúng ta có thể coi đường Flugmois (Đế Vương Đạo hay Ring of Solomon, Mã Số 35) là một trường hợp đặc biệt của đường này khi suy biến hoàn toàn trở thành một đường vòng quanh ngón trỏ ở gò Mộc Tinh. Cần phân biệt hai đường này, vì đường Flugmois có ý nghĩa giống vua chúa hơn, mang tính cai trị, trong khi đường Zachor giống như một người lãnh đạo bởi dân chủ bầu cử, ít tính cai trị mà mang tính tranh đấu chính trường.

Lịch Sử: Phân cung này được nhà tiên tri Paul Christian xem là mang tính "khiêu khích và độc tài", mô tả chính xác bản chất của đường này: "tính tranh đấu" và "tính thống lĩnh". Nhà huyền học Mc.G.Mathers gọi phân cung này là phân cung của "Chiến Thắng", trùng khớp với nghĩa của đường này. Đường này so với Flugmois (Đế Vương Đạo, Mã Số 35) có vẻ được hạnh phúc và ưu ái hơn, vì ít sự tàn ác hơn. Chú ý nữa là đường Flugmois, có tính chất huyền bí hoặc tinh thần hơn, như nhà chưởng thủ tướng học Chiero ám chỉ "thần bí và huyền học"("mysticism and occultism") giống với lãnh tụ tôn giáo hay lãnh tụ tinh thần, trong khi đường Zachor này có vẻ trần thế hơn.

Nhầm Lẫn: nếu suy biến sẽ giống với đường Zaloias (Kim Tinh Biên, Mã Số 13), và đường Renethis (Binh Nghiệp Đạo, Mã Số 27).

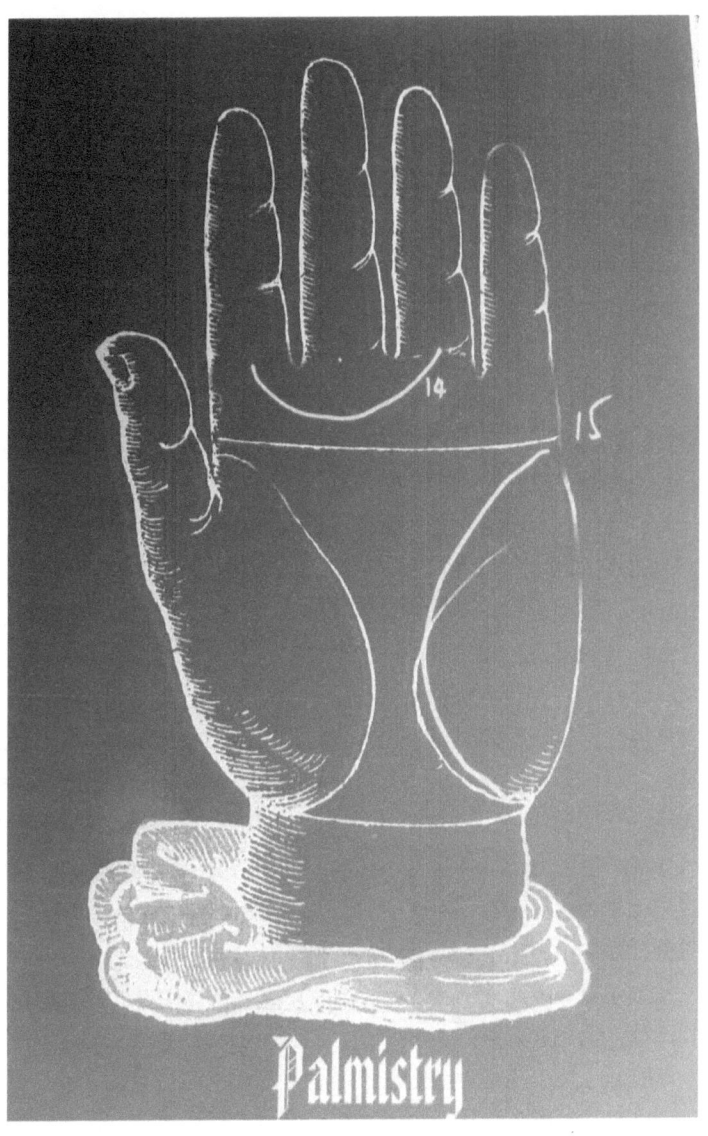

ĐƯỜNG CHỈ TAY SỐ 15: FRICH

Tên Chính Thức: Frich (tiếng Latin).

Tên Khác: Ligne de la Lune, Voie Lactée, Voye Lactée (tiếng Pháp), Via Lactea (tiếng Latin), Luna Line, Milky Way Line, Travels Lines, Voyages Lines (tiếng Anh), Ngân Hà Đạo, Thái Âm Đạo (tiếng Việt).

Mã Số: (15)

Vị Trí: đường vòng cung vây quanh gò Thái Âm và gò Hỏa Tinh. Đường này được định nghĩa là đường cung đi từ gò Hỏa Tinh xuống bồn địa Địa Tinh. Đường này và đường Sabaoth (Tư Tưởng Đạo, Mã Số 2) là các đường trùng sinh. Sabaoth là thượng đạo (đường nằm trên), còn Frich là hạ đạo (đường nằm dưới). Nên dù Frich có đường đi từ Thái Âm đến Hỏa Tinh, nhưng luận giải vẫn lấy theo đường Sabaoth, tức là tính đi từ gò Thái Dương đến Hỏa Tinh nên được gáng tương ứng với vị trí Phân Cung (Decan) số 15, tức là Hỏa Tinh trong Sư Tử (Mars in Leo), Leo có chủ tinh là Thái Dương. Đường này tương đối phức tạp khi tìm, các chưởng đồ (bản đồ chỉ tay) của Pháp thường vẽ đường này có lòng cung hướng về lòng bàn tay, trong khi các chưởng đồ của Anh thường vẽ ngược lại. Đường này có thể suy biến ở vị trí gò Thái Âm ((làm cho đường chỉ tay ở phía gò Hỏa

Tinh bị mờ hoặc mất hẳn), và có thể suy biến ở gò Hỏa Tinh (làm cho đường chỉ tay ở phía gò Hỏa Tinh bị mờ hoặc mất hẳn). Khi suy biến ở vị trí gò Thái Âm, đường này thường mang tên Du Hành Đạo, hay Du Lịch Đạo (Line of Travels, Line of Voyages). Đường này có rất nhiều thịnh biến gây lầm lẫn: Somachalmais (Trực Giác Đạo, Line of Intuition, Mã Số 11), Charmine (Ảo Giác Đạo, Mã Số 12), và các đường thuộc Thủy Tinh Đạo hay Line of Mercury như Psermes (Tai Nạn Đạo, Mã Số 24) hay Disornafais (Sinh Lực Đạo, Mã Số 3). Đường này thịnh biến thành Psermes do đường đi từ gò Thái Âm đến gò Hỏa Tinh, nếu kéo dài ra dịch lên trên một vài phân, và dịch xuống một vài phân thì thành đi từ cốc Địa Tinh đến gò Thủy Tinh. Còn thịnh biến thành Disornafais, do đường này đi từ gò Hỏa Tinh đến gò Kim Tinh, rất gần với vị trí đi từ gò Hỏa Tinh đến gò Thái Âm của đường Frich. Chú ý rằng ngã ba gò Thái Âm, gò Kim Tinh và cốc Địa Tinh sát kề nhau, hầu hết các đường phát xuất từ khu vực nửa dưới bàn tay đều đi ngang ngã ba này.

Ý Nghĩa: Hỏa Tinh trong Sư Tử (Mars in Leo) được định nghĩa như là Vitality of Chidren, đại diện cho con cái và hậu duệ. Ý nghĩa của đường này ám chỉ về sinh nở con cái, số lượng con cái và các mối quan hệ con cái. Nó kết hợp giữa đại diện của sự hoạt động, di chuyển của Hỏa Tinh và đại diện cho con cái trong Leo. Sư Tử được làm chủ bởi Thái Dương, chủ về sự kế thừa, phát triển và tăng trưởng... ở trường hợp này ám chỉ con cái. Nếu bị suy biến ở gò Hỏa Tinh, đường sẽ mang tính chất của Leo (thuộc Thái Dương, thượng đạo), ám chỉ về đường con cái và hậu duệ; đồng thời, do tính chất của gò Thái Âm (hạ đạo), nên đường này mang ý nghĩa của ảo vọng và hão vọng. Điều đó có nghĩa là nếu bị suy biến ở gò Hỏa Tinh, ý nghĩa của đường này trở này đường rất xấu về mặt con cái (có thể vô sinh, hay con chết khi mang thai). Nếu suy biến ở Thái Âm (hạ đạo) tương ứng suy biến ở Thái Dương (thượng đạo), đường này sẽ mang ý nghĩa chủ yếu bởi Hỏa Tinh, chủ về sự di chuyển và hoạt động. Do đó, đường này nếu suy biến ở gò Thái Âm, sẽ mang ý nghĩa về du lịch và du hành.

Lịch Sử: Luận giải về phân cung khác nghĩa khá xa với nghĩa cổ điển của đường này. Nhà tiên tri Paul Christian luận rằng phân cung này chứa "tình yêu với liên minh", chung thủy với liên minh hoặc dòng tộc. Điểm này thể hiện được một phần của lá này liên quan con cái, nhưng nó gần nghĩa với đường Azuel (Đồng Mệnh Đạo, Mã Số 9) hơn. Đường này được công nhận bởi một vài nhà chưởng thủ tướng học và bị từ chối bởi một số khác. Những cuốn sách mô tả đường này cũng đầy mâu thuẫn, điển hình như cuốn kinh điển của ngành chưởng thủ tướng học của Desbarolles cũng gây lầm lẫn giữa đường Via Lactea, Via Lasciva, khi vẽ những đường này rất giống nhau. Đáng ngạc nhiên là nhà chưởng thủ tướng học Chiero không hề có bất kỳ mô tả nào về đường này, nhưng mô tả đầy đủ về Via Lasciva. Tôi nghĩ rằng, Chiero gáng đường này và Via Lasciva là một. Chiero đã định nghĩa Via Lasciva như là đường của tình dục, có thể coi là cùng khái niệm với con cái. Những đường Du Hành Đạo được Chiero mô tả khá chi tiết. Nếu đường này đi hết cả gò Thái Âm, Chiero cảnh báo một cuộc sống xa quê. Nếu đường này còn vắt được ít nhiều qua phía gò Kim Tinh, Chiero cho rằng người đó có một cuộc sống du lịch thường xuyên và thoải mái, một cuộc đời du hành vui vẻ. Cuốn Từ Điển Siêu Nhiên, Truyền Thuyết và Khoa Học Huyền Bí cho đường này là biểu hiện của việc "thường xuyên du hành một cách ngẫu nhiên bởi số phận".

Nhầm Lẫn: đường này hầu như không lầm lẫn. Nhưng chúng ta có thể nhầm nghĩa của nó với đường trùng sinh của đường này là đường Psineus (Ác Dâm Đạo, Mã Số 19).

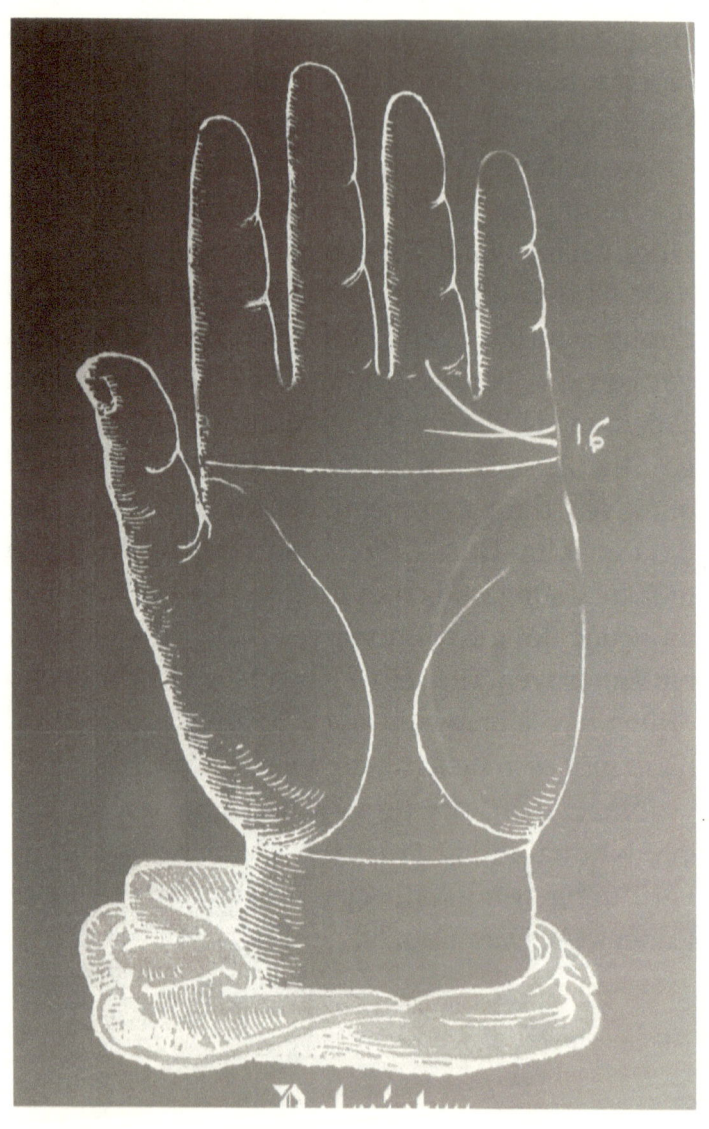

ĐƯỜNG CHỈ TAY SỐ 16: ZAMENDRES

Tên Chính Thức: Zamendres (tiếng Latin).

Tên Khác: Ligne de Marriage (tiếng Pháp), Marriage Line, Line of Affection (tiếng Anh), Hôn Nhân Đạo (tiếng Việt).

Mã Số: (16)

Vị Trí: Một đường cung, đi từ gò Thái Dương (Mount of Apollo) ngay vị trí ngón áp út đến gò Thủy Tinh (Mount of Mercury) tương ứng với vị trí Phân Cung (Decan) số 16, tức là Thái Dương trong Xử Nữ (Sun in Virgo), Xử Nữ có chủ tinh là Thủy Tinh. Đường này có thể suy biến ở phía gò Thái Dương (tức là đường này ở vị trí gò Thái Dương mờ và yếu hoặc mất hẳn) hoặc ngược lại ở phía gò Thủy Tinh (tức là đường này ở vị trí gò Thủy Tinh mờ và yếu hoặc mất hẳn). Đường này suy biến ở gò Thủy Tinh, có thể nhầm thành đường Erchumubris (Hào Phú Đạo, Mã Số 6), bằng cách chuyển đường đi từ gò Thổ Tinh đến gò Thái Dương, thành đi từ gò Thổ Tinh (ngay khe giữa gò Thổ Tinh và gò Thái Dương) đến gò Hỏa Tinh. Đường này cũng có thể suy biến ở gò Thái Dương, nhầm thành đường Luxois (Thiên Tài Đạo, Mã Số 32), bằng cách chuyển đường đi từ gò Thổ Tinh đến gò Thủy Tinh, thành đi từ gò Thái Dương đến gò Thủy Tinh (Mount of Mercury, Mã Số 39).

Ý Nghĩa: Thái Dương trong Xử Nữ (Sun in Virgo) được định nghĩa như là Artistry of Health, đại diện cho điều hòa về sức khỏe. Đường này thuộc Chính Đạo (tức là chắc chắn có trong bàn tay). Tuy nhiên, nhiều nhà chưởng thủ tướng học định nghĩa đường này có thiên hướng liên quan đến các vấn đề tình yêu hay hôn nhân. Tuy tên đường này là hôn nhân, nhưng đường này chủ yếu chủ về sức khỏe hôn nhân (sức khỏe tình dục, sức khỏe hôn phối). Khi suy biến ở gò Thái Dương, yếu tố Xử Nữ ám chỉ sức khỏe sẽ được tăng cao, ý nghĩa của đường này trở thành biểu hiện của sức khỏe tình dục (cảnh báo mất hôn phối, góa bụa, tai nạn tình dục ...). Nếu suy biến ở gò Thủy Tinh, bị tác động mạnh bởi gò Thái Dương, đường này ám chỉ thuần thúy về hoạt động hôn nhân (đám cưới, ly dị, không hôn nhân...), do Thái Dương chủ đạo về sự khai sáng, điều hòa, phối hợp.

Lịch Sử: Nhà chưởng thủ tướng học Chiero có vẻ quan tâm đường này, khi ông luận giải khá chi tiết. Có vẻ như ông cũng đồng nhận định về tác động của gò Thái Dương trong đường này, khi bị suy biến ở gò Thủy Tinh. Ông nói: "đường này sẽ gia tăng sức mạnh hay tiền tài nếu đường Nhật Tinh Đạo xuất hiện". Tuy nhiên, ông cũng có những nhận định khác với quan niệm của tôi, nếu đường này hoàn hảo không bị suy biến, ông cho rằng: "người này sẽ không bao giờ kết hôn" ("the possessor is not likely ever to marry"). Định nghĩa về phân cung này của Paul Christian và Mc.G.Mathers đường như không mấy liên quan đến đường này: Christian cho rằng "thiên hướng từ bất định sang ổn định", còn Mathers cho rằng "cẩn trọng". Vấn đề hôn nhân có thể là một minh họa cho thiên hướng ưa ổn định, nhưng không có lý gì lại cần "cẩn trọng" cả. Nhà chưởng thủ tướng học Jean Belot, xem toàn bộ đường này (bắt từ rìa bàn tay ở gò Thủy Tinh) đều thuộc Dị Giáo Đạo (Ligne de Hérésie). Quan niệm đường này liên đới với hôn nhân có lẽ chỉ xuất hiện muộn, khoảng thế kỷ 19. Theo Katharine St. Hill trong cuốn "The grammar of palmistry", Hôn Nhân Đạo được tìm thấy nằm ngang qua gò Thủy Tinh, từ gân bàn tay hướng về phía lòng bàn tay. Chỉ những đường dài mới được coi là đường hôn nhân; những đường khác chỉ là những mối tình sâu đậm. Trong trường hợp kết hôn vì tình yêu, cũng nên có một chữ thập rõ nét trên gò Mộc Tinh, và dựa vào chữ thập này, người ta thường ước tính thời điểm kết hôn. Nếu nó gần gốc ngón tay, cuộc hôn nhân sẽ diễn ra rất sớm; nếu ở giữa gò, từ hai mươi lăm đến ba mươi tuổi; nếu thấp hơn, khoảng trung niên; và nếu nằm trên Đường Sinh, thì phải đến tuổi già mới kết hôn. Khi trái tim thực sự rung động, các đường kẻ từ Đường Tâm sẽ được tìm thấy hướng lên Hôn Nhân Đạo trên gò Thủy Tinh. Khi Hôn Nhân Đạo phân nhánh, đó là dấu hiệu của sự hủy hôn. Nếu nó dốc xuống Đường Tâm, người ta cho rằng nó báo trước sự góa bụ; nếu bị đứt đoạn với một chấm đen hoặc đỏ, cái chết sẽ đến bất ngờ. Nếu được cắt ngang bởi nhiều đường thẳng đứng, nó sẽ cho thấy rắc rối, tranh chấp và có thể là kiện tụng.

Nhầm Lẫn: Tránh nhầm đường này với các đường Erchumubris (Hào Phú Đạo, Mã Số 6), Luxois (Thiên Tài Đạo, Mã Số 32).

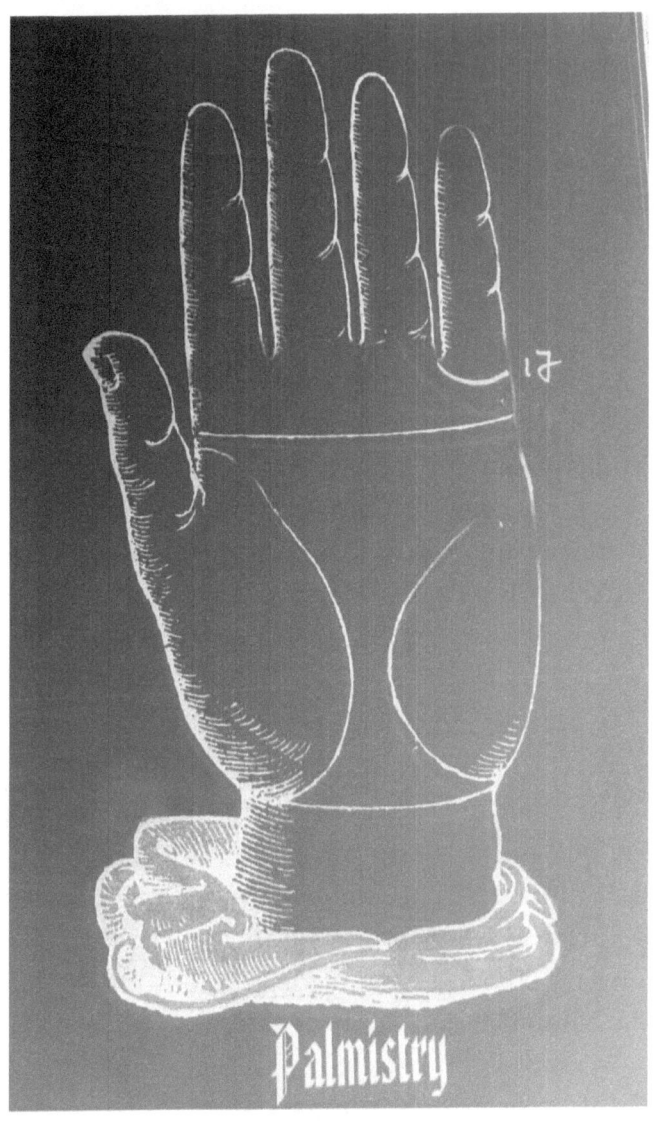

ĐƯỜNG CHỈ TAY SỐ 17: MAGOIS

Tên Chính Thức: Magois (tiếng Latin).

Tên Khác: Bague de Mercury (tiếng Pháp), Ring of Mercury (tiếng Anh), Nhẫn Thủy Tinh, Tiểu Chỉ Đạo (tiếng Việt).

Mã Số: (17)

Vị Trí: Đường vòng quanh ngón út (Tiểu Chỉ) ở gò Thủy Tinh đến chính nó, tương ứng Phân Cung (Decans) thứ 17, ứng với Thủy Tinh trong Xử Nữ (Mercury in Virgo). Đường này không có suy biến nên cũng không thể lầm lẫn với bất kỳ đường nào khác. Những đường gần vị trí này nhưng không tạo thành vòng cung quanh ngón út: Sabaoth (Tư Tưởng Đạo, Mã Số 2), Luxois (Thiên Tài Đạo, Mã Số 32), Zamendres (Hôn Nhân Đạo, Mã Số 16).

Ý Nghĩa: Thủy Tinh trong Xử Nữ (Mercury in Virgo) được định nghĩa là Communication of Health, hàm ý là sự buôn bán, trao đổi liên quan đến tính mạng và sức khỏe. Xử Nữ thuộc về Thủy Tinh, đại diện cho sức khỏe và bệnh tật. Thủy Tinh còn đại diện cho sự buôn bán, thông thương. Ý nghĩa của đường này thường ám chỉ sự buôn bán bất chính liên quan đến con người (bán dâm, buôn bán nô lệ) bất chấp mọi thứ vì tiền. Đường này thường ám chỉ những đại phú gian thương, giàu có cực độ, nhưng tính tình xấu xa, là hạng buôn vua, mãi chúa.

Lịch Sử: Đường này thường xuất hiện gần đường Luxois (Tật Bệnh Đạo, Mã Số 32) và Zamendres (Hôn Nhân Đạo, Mã Số 16), nên thường nhầm với các đường này. Đó là lý do, một vài nhà chưởng thủ tướng học gáng đường Luxois với giá trị "bệnh dâm dục, bạo dâm", hoặc "bệnh tình dục", mặc dù ý nghĩa của Luxois rộng hơn nhiều. Những giá trị này đáng lẽ được gây ra bởi đường Magois. Nhiều nhà chưởng thủ tướng học như Chiero, xem đường này là một trường hợp của đường Zamendres (Hôn Nhân Đạo) chỉ về tình duyên. Chiero có nhận xét rằng, nếu đường hôn nhân bị nhiều đường nhỏ băm nát (vốn là biểu hiện của đường Magois do nằm sát ngón út, bị các đường ngắn tay len vào) thì bị coi là gây rắc rối, lo lắng trong hôn nhân và sự bệnh tật yếu của người tình ("foreshadows trouble and anxiety in the marriage, but brought on by the delicacy and ill-health of the partner"). Điều này hoàn toàn có thể gây ra bởi các yếu tố mãi dâm, buôn người ... Phân cung này được nhà tiên tri Paul Christian gáng cho tính "tham lam, hám tiền", còn nhà huyền học Mc.G.Mathers gáng cho "giàu có". Cả hai đều nói đến khá gần với ý nghĩa của đường này.

Nhầm Lẫn: Khó lầm lẫn, nhưng nếu lầm lẫn thì có thể là với các đường Sabaoth (Tư Tưởng Đạo, Mã Số 2), Luxois (Thiên Tài Đạo, Mã Số 32), Zamendres (Hôn Nhân Đạo, Mã Số 16).

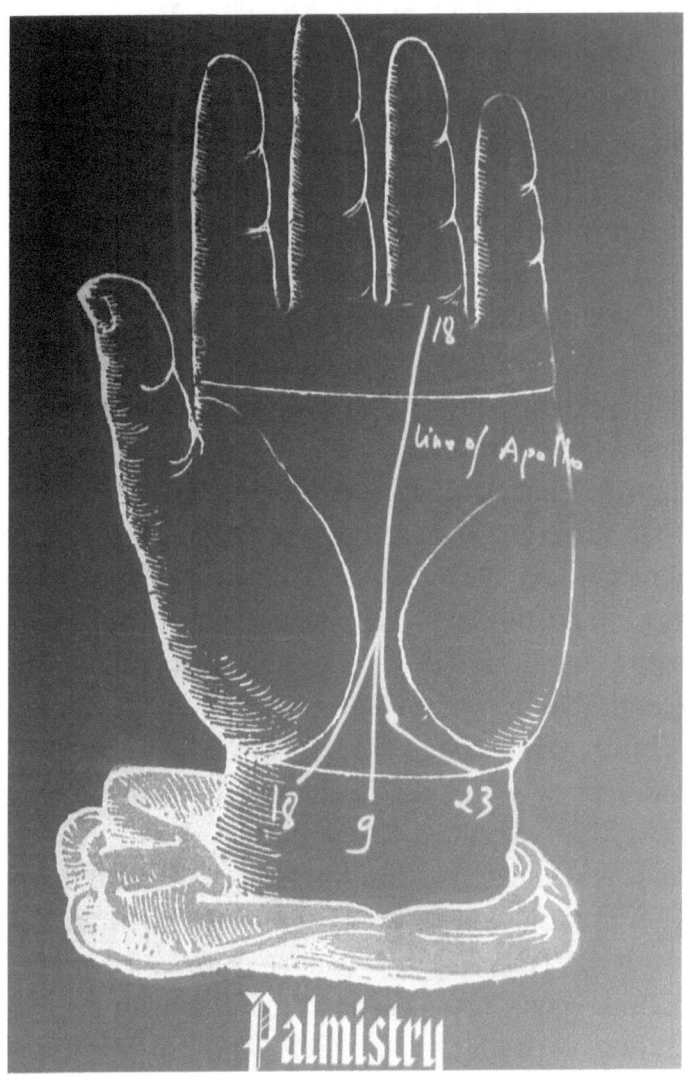

ĐƯỜNG CHỈ TAY SỐ 18: MICHULAIS

Tên Chính Thức: Michulais (tiếng Latin).

Tên Khác: Ligne de Soleil, Ligne de Apollo (tiếng Pháp), Line of Apollo, Line of Sun, Line of Success, Line of Brilliancy (tiếng Anh), Linea Honoris, Linea Solis (tiếng Latin), Nhật Tinh Đạo, Nhật Thần Đạo, Khổ Mệnh Đạo (tiếng Việt).

Mã Số: (18)

Vị Trí: Đường Michulais đi từ gò Thái Dương đi lệch xuống đáy của gò Kim Tinh. Đây là đường phức tạp nằm trong cụm các đường thuộc về đường Nhật Tinh Đạo (đường Nhật Thần Đạo, hoặc Line Of Apollo, Line of Sun). Trong thuật xem chỉ tay, đường Nhật Tinh là đường thường mờ ảo, có nhiều dị biệt giữa các sách, tùy quan niệm của người viết sách. Bao gồm các đường Azuel (Đồng Mệnh Đạo, Mã Số 9), Turmantis (Chính Mệnh Đạo, Mã Số 23), Michulais (Khổ Mệnh Đạo, Mã Số 18). Ba đường này đều là đường khắc sinh với nhau, tức là nếu có đường này thì đường kia sẽ không tồn tại. Nếu đường này từ gò Thái Dương lệch về gò Thái Âm thay vì lệch đến gò Kim Tinh thì trở thành đường Turmantis (Chính Mệnh Đạo, Mã Số 23), còn nếu từ gò Thái Dương đi thẳng về cốc Địa Tinh thì trở thành đường Azuel (Đồng Mệnh Đạo, Mã Số 9). Đường này cũng có thể suy biến thành một đường cụt ngắn, thẳng từ gò Thái Dương hướng về cổ tay. Đường này không suy biến ở hướng ngược lại. Đường này có thể dính liền với đường Sabaoth (Tư Tưởng Đạo, Mã Số 2), đi từ gò Hỏa Tinh đến gò Thái Dương, là đường Song Sinh với đường Turmanlis. Đường này cũng có thể dính liền với đường Zamendres (Hôn Nhân Đạo, Mã Số 16), rất ngắn, đi từ gò Thái Dương đến gò Thủy Tinh kế bên. Đường này cũng có thể dính liền với đường Jaus (Tài Lộc Đạo, Mã Số 4), đi từ gò Thủy Tinh đến gò Kim Tinh. Đường này và đường Jaus (Tài Lộc Đạo, Mã Số 4) là hai đường hợp nhất hay đường trùng sinh. Jaus là thượng đạo (đường nằm trên), còn Michulais là hạ đạo (đường nằm dưới). Nên dù Michulais có đường đi từ Thái Dương đến Kim Tinh, nhưng luận giải vẫn lấy theo đường Jaus, tức là tính đi từ gò Thủy Tinh đến gò Kim Tinh. Đường này được ứng với phân cung số 18 là Kim Tinh trong Xử Nữ (Venus in Virgo). Xử Nữ là cung chi phối bởi Thủy Tinh.

Ý Nghĩa: Kim Tinh trong Xử Nữ (Venus in Virgo) được định nghĩa như là Sympathy of Health. Nó là sự kết hợp của Kim Tinh mang ý nghĩa là sự chịu đựng, cảm thông, đồng cảm ; còn Xử Nữ ám chỉ sức khỏe và tinh thần. Nó ám chỉ mức độ và khả năng bản thân chịu hi sinh cho sự nghiệp, nhất là hi sinh tiền tài và sức khỏe. Đây là một trong ba yếu tố cấu thành của sự thành công trong dự đoán chỉ tay: Đồng Mệnh (mức độ hi sinh của phụ tá cho sự nghiệp), Chính Mệnh (mức độ phục dựng sự nghiệp sau khó khăn), Khổ Mệnh (mức độ bản thân hi sinh cho sự nghiệp). Nếu suy biến ở Kim Tinh, tính chất của Xử Nữ (và Thái Dương) sẽ mạnh hơn, ám chỉ sự nghiệp sẽ phát triển mạnh mẽ, nhưng sức khỏe tổn hại trầm trọng. Ngược lại nếu suy biến ở Thủy Tinh (đồng thời suy biến ở Thái Dương), tính chất Kim Tinh sẽ mạnh hơn, ám chỉ sự thục lùi trong sự nghiệp, do trọng yếu tố sức khỏe bản thân hơn sự nghiệp, thường được coi là yếu đuối, hoặc khó thành công danh.

Lịch Sử: Đường này có nhiều luận giải trái ngược nhau, do sự phức tạp của chính nhóm đường Nhật Tinh Đạo (Line of Sun). Nhà tiên tri Paul Christian cho cung này là "não trạng lười biếng, không có tâm trí, yếu đuối, không năng xuất", có thể lý giải trường hợp đường này bị suy biến ở gò Thủy Tinh. Nhà huyền học Mc.G.Mathers gáng cho giá trị "Tài Sản Lớn", có thể giải thích trường hợp suy biến ở Kim Tinh, khi có sự nghiệp và tiền tài phát triển vượt trội. Chiero luận giải trường hợp này (đường Nhật Tinh Đạo ngả về phía gò Kim Tinh), rằng đối tượng sẽ thành công bất kể giai cấp, nhưng không phải do may mắn. Luận giải này gần với sự suy biến ở Kim Tinh, giống cách nhìn nhận của Mathers.

Nhầm Lẫn: Turmantis (Chính Mệnh Đạo, Mã Số 23), Azuel (Đồng Mệnh Đạo, Mã Số 9), Sabaoth (Tư Tưởng Đạo, Mã Số 2), Zamendres (Hôn Nhân Đạo, Mã Số 16), Jaus (Tài Lộc Đạo, Mã Số 4).

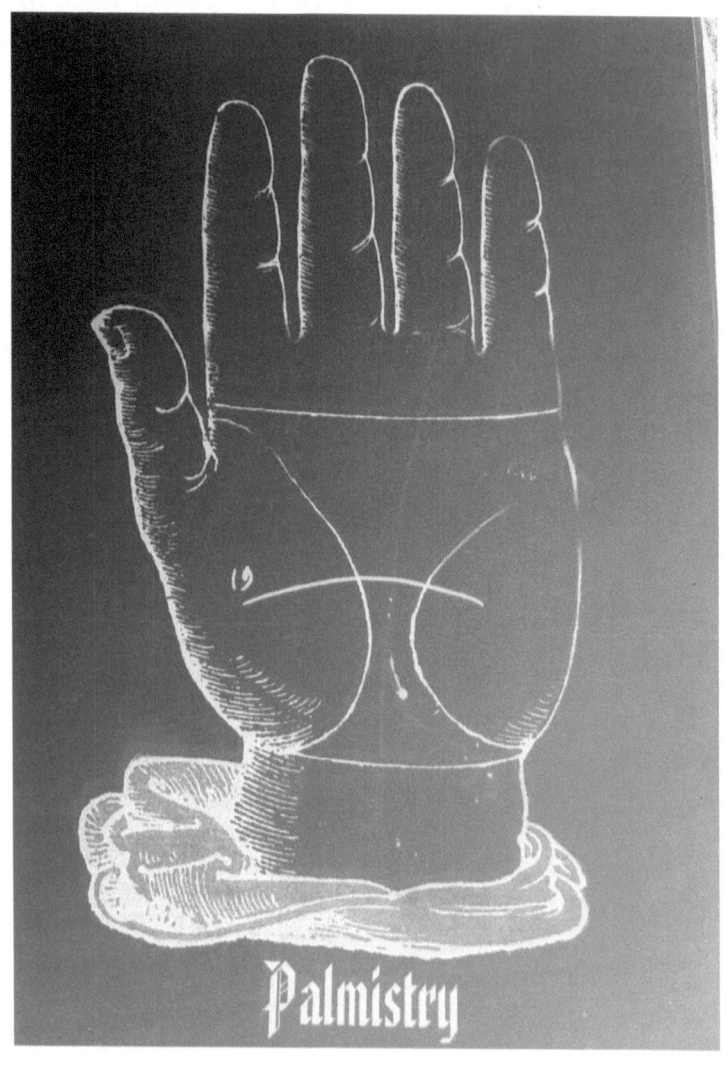

ĐƯỜNG CHỈ TAY SỐ 19: PSINEUS

Tên Chính Thức: Psineus (tiếng Latin).

Tên Khác: Ligne de la lascivité, Ligne de la depravation (tiếng Pháp), Via Lasciva (tiếng Latin), Lasciviousness Line, Depravation Lines, Lines of Balanced (tiếng Anh), Ác Dâm Đạo, Dâm Tật Đạo (tiếng Việt).

Mã Số: (19)

Vị Trí: Là một đường tạo thành vòm ngay giữa hai gò Kim Tinh và gò Thái Âm, mặc dù theo định nghĩa là đường đi từ gò Thái Âm đến bồn địa Địa Tinh. Đường này và hai đường Sarnotois (Trí Đạo, Mã Số 16), đường Seneptois (Thủ Trác Đạo, Mã Số 10) là các đường trùng sinh. Sarnotois là thượng đạo (đường nằm trên), còn Seneptois và Psineus là hạ đạo (đường nằm dưới). Nên dù Psineus có đường đi từ Địa Tinh đến Thái Âm, nhưng luận giải vẫn lấy theo đường Sarnotois, tức là tính đi từ gò Thái Âm đến Kim Tinh nên được gáng tương ứng với vị trí Phân Cung (Decan) số 19, tức là Thái Âm trong Thiên Xứng (Moon in Libra), Thiên Xứng có chủ tinh là Kim Tinh. Đường này có hai đường suy biến quan trọng, khi đường này nằm về phía gò Kim Tinh, suy biến ở gò Thái Âm, đường này trong giới chưởng thủ tướng học cũ gọi là những đường Suy Đồi (Depravation Lines). Đường này không có suy biến ở gò Kim Tinh.

Không nên nhần lẫn với đường Frich (Ngân Hà Đạo, Mã Số 15), trông rất giống với đường này khi bị suy biến ở gò Kim Tinh, không vượt qua được Line Of Life, chỉ còn lại một nửa đường ở phía gò Thái Âm, đường này trong giới chưởng thủ tướng học cũ gọi là đường Ngân Hà (Via Lactea).

Ý Nghĩa: Là đường mô tả bởi Phân Cung (Decans) 19, là Thái Âm trong Thiên Xứng (Moon in Libra), định nghĩa là Imagination of Spouse. Thiên Xứng mô tả về vấn đề mối quan hệ tình yêu và hôn nhân, trong khi Thái Âm mô tả về sự tưởng tượng hay lãng mạn. Thiên Xứng có chủ tinh là Kim Tinh, liên quan đến tình yêu và tình dục. Đường này là sự cân bằng giữa quyền lợi và trách nhiệm, giữa tình yêu và tình dục, là con đường của hôn nhân. Nếu suy biến ở gò Thái Âm, chỉ còn đơn thuần giá trị của tình dục, càng đi sâu vào vị trí gò Kim Tinh, đường này càng mang yếu tố tình dục mạnh mẽ, đôi khi trở nên biến thái và điên loạn. do thiếu sự lãng mạn và tưởng tượng của Thái Âm. Đặc biệt là những đường không ra khỏi được gò Kim Tinh (tức là không vượt qua được đường Mệnh Đạo (Line of Life).

Lịch Sử: Đường này có liên đới với đường Seneptois (Thủ Trác Đạo, Mã Số 10). Truyền thuyết Ba Vòng Tay Hi Lạp ("Greeks's Bracelets") được Chiero kể lại trong cuốn sách của mình, rằng thời kỳ Hi Lạp cổ đại, những người phụ nữ trước khi lấy chồng, đều phải thông qua một chủ tế kiểm tra ba vòng này trên tay. Nếu vòng này tiến sâu vào bàn tay tạo thành một cái vòm, thì người phụ nữ sẽ bị buộc ở lại đến làm hầu đồng (nữ đồng trinh, "Vestal Virgins"), mà không được kết hôn. Chiero luận giải rằng đường như vậy sẽ cản trở việc sinh con, hoặc sinh ra những đứa con bệnh tật, hoặc là những người này mang dấu hiệu liên quan đến tình dục quái dị. Điểm này có cơ sở vì đường trùng sinh của Seneptois là đường Psineus, y hệt trong mô tả nằm ngay trên của đường Seneptois, cách khoảng vài phân, có hình dạng một cái vòm, thì liên quan đến các tật dâm đãng, dâm dật. Đó là lý do mà đường này trong tiếng latin là Via Lasciva, tức là suy đồi. Với quan niệm hiện đại, thoáng hơn về tình dục, đường này nên được coi là một đường cân bằng và tốt đẹp. Một số quan niệm cổ phù hợp với quan hiện hiện đại như nhà chưởng thủ tướng học Jean Belot (Tk 17) gọi hai đường cân bằng ở vị trí này là đường chiến thắng của tình yêu hay Tình Ái Đạo, và đường chiến thắng của danh dự hay Danh Dự Đạo (nguyên văn : "ligne de la victoire pour lamour", "ligne de la victoire pour lhonteur"). Ông chỉ gọi những đường ở gò Kim Tinh, mà ta gọi là đường Suy Đồi Đạo (Depravation Lines), với những danh hiệu liên quan đến các mặt tình dục quái dị: vị trí biên ngoài của gò Kim Tinh là đường Khẩu Dâm Đạo (hay Ligne de Solomie); vị trí giữa gò Kim Tinh, sát ngón cái là đường Đa Tình Đạo (hay Ligne des Diverses Amour), vị trí ngay giữa trung tâm của gò Kim Tinh, là đường Vô Sĩ Ái Đạo (hay Ligne des entrants selon les amours inpudiques)... Cuốn Từ Điển Siêu Nhiên, Truyền Thuyết và Khoa Học Thần bí gáng đường này ý nghĩa của đường này: "xảo quyệt và tâm hồn thiếu chánh tín" ("cunning and faithless spirit").

Nhầm Lẫn: đường rất hay bị lầm lẫn thành Frich (Ngân Hà Đạo, Mã Số 15). Chúng ta cũng có thể nhầm ý nghĩa của nó với đường trùng sinh của đường này là đường Seneptois (Thủ Trác Đạo, Mã Số 10).

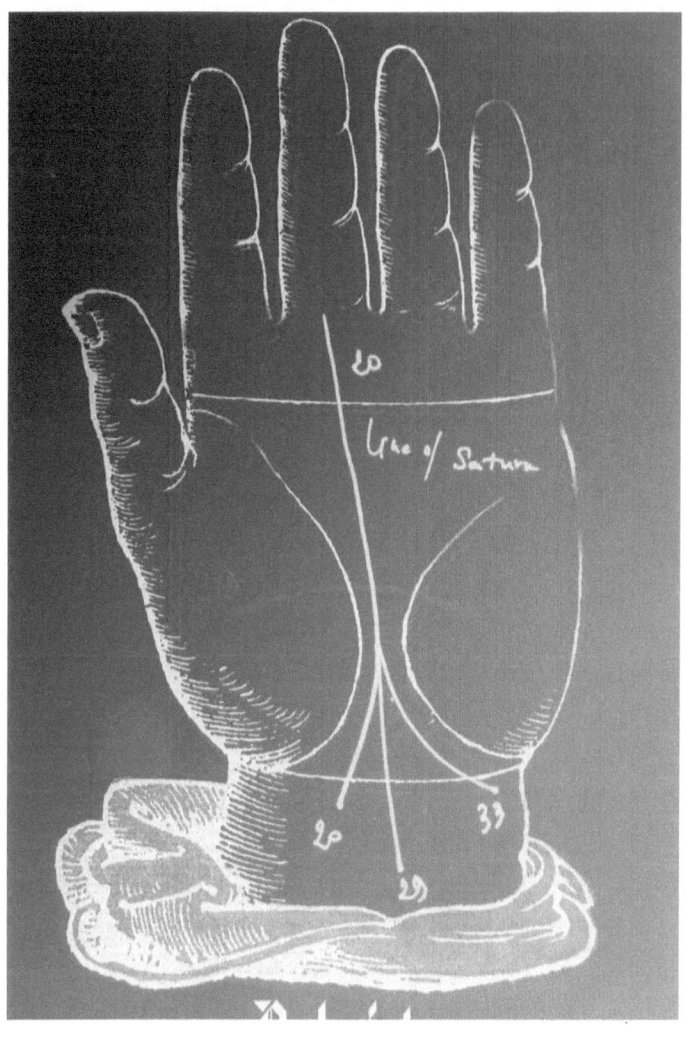

ĐƯỜNG CHỈ TAY SỐ 20: CHUSTHISIS

Tên Chính Thức: Chusthisis (tiếng Latin).

Tên Khác: Ligne de Saturn, Ligne du Destin, Ligne du Foye Satunienne (tiếng Pháp), Line of Destiny, Line of Fate, Line of Saturn (tiếng Anh), Linea Satunina (tiếng Latin), Thổ Tinh Đạo, Định Mệnh Đạo, Gia Cơ Đạo (tiếng Việt).

Mã Số: (20)

Vị Trí: Đường Chusthisis đi từ gò Thổ Tinh đi lệch xuống đáy của gò Kim Tinh, ứng với phân cung (Decans) thứ 20, là Thổ Tinh trong Thiên Xứng (Saturn in Libra). Đây là đường phức tạp, có nhiều biến thể đa dạng, nằm trong cụm các đường thuộc về đường Thổ Tinh Đạo (Định Mệnh Đạo, hoặc Line Of Destiny, Line of Saturn). Trong thuật xem chỉ tay, đường Thổ Tinh Đạo là đường khá hỗn tạp, không có chỉ dẫn đủ rõ ràng, thường là tùy vào quan niệm của người viết sách. Bao gồm các đường Manethois (Thiên Cơ Đạo, Mã Số 29), Chusthisis (Gia Cơ Đạo, Mã Số 20), Michulais (Thất Cơ Đạo, Mã Số 33). Ba đường này đều là đường khắc sinh với nhau, tức là nếu có đường này thì đường kia sẽ không tồn tại. Nếu đường này từ gò Thổ Tinh lệch về gò Thái Âm thay vì thẳng đến gò Kim Tinh thì trở thành đường Crauxes, còn nếu từ gò Thổ Tinh đi thẳng về cốc Địa Tinh thì trở thành đường Manethois. Đường này cũng có thể suy biến thành một đường cụt, thẳng từ gò Thổ Tinh hướng về cổ tay, không lệch về bên nào. Hoặc suy biến thành một đường thẳng cụt, ngay giữa bàn tay, hướng về phía gò Thổ Tinh, đầu kia hướng về phía gò Kim Tinh, dài chừng một đốt ngón tay. Đôi lúc người ta vẫn thường thấy đường này chỉ đến cận sát gò Thổ Tinh chứ không kéo dài được đến ngón giữa (gò Thổ Tinh). Đường này cận sát đường Nhật Tinh Đạo (Line of Apollo) nên vẫn thường bị gán qua lại với nhau. Vì vậy, có thể nhiều sách nhận định đường này thành ba đường của Thái Dương Đạo: Turmantis (Chính Mệnh Đạo, Mã Số 23), Azuel (Đồng Mệnh Đạo, Mã Số 9), Michulais (Khổ Mệnh Đạo, Mã Số 18). Thực ra chỉ cần chú ý đến vị trí mà đỉnh của đường này hướng đến là gò Thái Dương hay gò Thổ Tinh là có thể xác định chính xác.

Ý Nghĩa: Thổ Tinh trong Thiên Xứng (Saturn in Libra) được định nghĩa như là Domiance of Spouse. Nó là sự kết hợp của Thổ Tinh mang ý nghĩa là sự cai trị, thống trị; còn Thiên Xứng ám chỉ vấn đề hôn phối và tình yêu. Thiên Xứng thuộc Kim Tinh. Nó ám chỉ sự ủng hộ của gia đình (đặc biệt là hôn phối) cho cuộc đời của con người. Đây là một trong ba yếu tố cấu thành của sự định mệnh trong dự đoán chỉ tay: Thiên Cơ (sự hậu thuẫn của xã hội), Gia Cơ (sự hậu thuẫn của gia đình, hôn phối), Thất Cơ (sự hậu thuẫn của bằng hữu). Nếu suy biến ở gò Kim Tinh, bị yếu tố thống trị và mạnh mẽ của Thổ Tinh lấn át, đường này ám chỉ người có tham vọng lớn, được người hôn phối hậu thuẫn, sẵn sàng hi sinh hành phúc và tất cả cho sự nghiệp của người kia. Còn nếu đường này bị suy biến ở cả hai đầu, trở thành một đường ngắn giữa bàn tay, thì ám chỉ người có chí tầm tường, nhưng cuộc sống an nhàn, bình thản, cũng là một dấu hiệu tốt.

Lịch Sử: Đường này giống với đường Nhật Tinh Đạo (Line of Sun), vô cùng phức tạp và rối rắm. Nhà tiên tri Paul Christian cho cung này là "cuộc đời bình an, không có tham vọng hay ham muốn về tiền tài", có thể lý giải trường hợp đường này bị suy biến thành đường cụt. Nhà chưởng thủ tướng học Chiero chỉ rõ về đường này "tình yêu nồng nhiệt tác động lên toàn bộ sự nghiệp" ("passionate love will affect the whole career") giống với những gì đường này thể hiện theo lý luận. Mặc khác, ông còn mở rộng thêm là với những người này, thường gặp phải những người mà tình yêu của họ sẽ không đáp ứng được lòng mong mỏi, và là dấu hiệu sầu thảm cho tình yêu nhất là ở phụ nữ. Dấu hiệu này, rất ứng với trường hợp suy biến ở Kim Tinh. Đây có phải là lý do mà nhà huyền học Mc.G.Mathers gọi cung này là "phiền muộn"?. Theo Rosa Baughan, Đường Sao Thổ bắt đầu từ cổ tay, chính xác bên dưới ngón

Sao Thổ, và đi theo một đường thẳng đến ngón đó, cắt ngang qua gò, nhưng dừng lại ở gốc ngón, là dấu hiệu của một cuộc sống cực kỳ hạnh phúc. Nếu đường này đi về phía Gò Sao Mộc, thì hạnh phúc này là kết quả của một cuộc hôn nhân mang lại cả giàu có và tình yêu. Nếu Đường Sao Thổ dừng lại ở Đường Trí [Trí Đạo, Mã Số 5], thì đó là bất hạnh trong công việc do tính toán sai lầm; hoặc, kết hợp với Đường Đời nhiều sóng gió, có nghĩa là mắc bệnh về não. Nếu Đường Sao Thổ thẳng và màu sắc đẹp ở phần cuối - tức là khi nó đến gần ngón Sao Thổ - thì nó biểu thị hạnh phúc và thành công ở tuổi già, bất kể cuộc sống trước đó có nhiều sóng gió. Nếu đường này chỉ bắt đầu từ Đường Trí [Trí Đạo, Mã Số 5], nó biểu thị nghèo đói và ngu dốt. Nếu Đường Sao Thổ bị đứt đoạn và không đều, thì nó có nghĩa là những rắc rối và lo lắng trong cuộc sống; và tùy thuộc vào việc những vết đứt đoạn này xảy ra trên Đường Trí [Trí Đạo, Mã Số 5] hay Đường Tình Cảm [Tâm Đạo, Mã Số 26], thì những rắc rối sẽ thuộc về đầu óc hay con tim - những rắc rối phát sinh từ công việc hoặc từ tình cảm. Nếu Đường Đời không đều, biểu thị sức khỏe không ổn định, những rắc rối này có thể là những tệ nạn về thể chất cho tim hoặc đầu. Những Đường Ngắn Xuyên Qua Đường Sao Thổ cho thấy sự phiền muộn trong công việc hoặc trong tình yêu. Một nhánh hướng xuống từ Đường Sao Thổ hướng về gò Mặt Trăng cho thấy nỗi buồn vì cái chết hoặc sự phản bội của một người phụ nữ. Điều này giống nhau bất kể là trên bàn tay của đàn ông hay phụ nữ. Nếu Đường Sao Thổ bị xoắn thành một hình xoắn ốc ở điểm bắt đầu, nhưng phần trên của nó vẫn đi theo một đường thẳng, rõ ràng đến Gò Sao Thổ và cắt ngang nó đến gốc ngón tay mà không xuyên qua, thì nó biểu thị một tuổi trẻ đầy khó khăn và lo lắng, tiếp theo đó là sự giàu có và may mắn vào tuổi trung niên. Nếu đường xoắn ốc tiếp tục và cắt ngang Đường Trí [Trí Đạo, Mã Số 5] và Đường Tình Cảm [Tâm Đạo, Mã Số 26], thì những rắc rối sẽ tiếp tục cho đến tuổi già, và may mắn chỉ đến vào cuối đời. Một hình tam giác, hoặc một hòn đảo nhỏ, ở đầu đường cho biết cái chết của cha hoặc mẹ trong thời thơ ấu. Nếu Gò Sao Thổ có nhiều nếp nhăn, và Đường Sao Thổ cắt ngang nó, có màu đỏ đậm và vươn lên đến khớp thứ ba của ngón Sao Thổ, thì nó cho thấy một cái chết bạo lực và nhục nhã - chết trên giá treo cổ. Các đường hướng lên từ Đường Sao Thổ có nghĩa là những sự kiện có điềm báo hạnh phúc trong tình cảm hoặc công việc ở độ tuổi được hiển thị trên đường; các đường hướng xuống có ý nghĩa ngược lại. Có một số bàn tay mà Đường Sao Thổ được thể hiện rất mờ nhạt, và khi trường hợp này xảy ra, nó cho thấy một cuộc sống không có gì nổi bật, tầm thường. Ví dụ, M. Desbarrolles, một nhà văn người Pháp khác viết về chủ đề này, đi xa hơn và khẳng định rằng, trong số những người bị kết án phải sống một cuộc sống thụ động, khô khan. Đường Sao Thổ là một đường rất quan trọng, vì nó hiệu chỉnh và sửa đổi ý nghĩa của cả các đường và các gò. Một Đường Sao Thổ kép, đôi khi xuất hiện nhưng rất hiếm, cho thấy sự suy thoái đạo đức nghiêm trọng. Theo Katharine St. Hill trong cuốn "The grammar of palmistry", Định Mệnh Đạo cho thấy thành công hay thất bại trên thế giới, và diễn biến tổng thể của cuộc đời. Có bốn vị trí chính để bắt đầu đường này: Thứ nhất: Từ Đường Sinh - Đây là đường tốt và phổ biến. Đường này sau đó mang những đặc chất của đường Sinh, cho thấy một trái tim rộng lượng, và nếu không bị cắt ngang, thì cho thấy sự thịnh vượng và hạnh phúc. Thứ hai: Từ Đồng Bằng Hoả Tinh, hoặc giữa bàn tay - Điều này sẽ cho thấy một cuộc sống nhiều rắc rối, nhưng cũng là dấu hiệu của hy vọng và năng lượng. Sẽ luôn có những khó khăn và trở ngại, nhưng nếu thành công đạt được, thì đó sẽ là nhờ hoàn toàn vào công lao của bản thân. Thứ ba: Từ Thủ Trạc Đạo - Điều này sẽ cho thấy một vận mệnh tốt đẹp và hiếm có, nếu thấy xuất hiện ở cả hai bàn tay, và hạnh phúc hoặc bất hạnh sẽ đến từ hướng và dấu hiệu của đường này. Nếu đường chỉ tính từ Vòng đến gò Thổ Tinh, kết thúc ở vị trí cao trên đó, thì cho thấy thành công rực rỡ; nếu đường phân nhánh, thì thành công càng chắc chắn hơn. Nếu đường đi qua gò và chạm vào Ngón Thổ Tinh, thì cho thấy số phận quá mức trắc trở, một vận mệnh vĩ đại; tuy nhiên, nếu đường còn lên cao hơn nữa và kết thúc bằng một ngôi sao, thì người ta cho rằng nó báo trước một sự nghiệp anh hùng, kết thúc bằng bạo lực hoặc một tội ác lớn. Thứ tư: Từ gò Thái Âm - Khi Định Mệnh Đạo mọc lên từ gò này, nó cho thấy tất cả hạnh phúc trong cuộc sống sẽ phát sinh từ hành động của một hoặc một số người khác. Vận mệnh hoàn toàn được tách khỏi tay của chủ thể và được an bài cho họ. Điều này không hoàn toàn đúng nếu đường chỉ xuất hiện ở Thái Âm của một bàn tay và ở bàn tay kia xuất hiện từ Đường Sinh hoặc Vòng. Trong trường hợp này, chủ thể có thể đã tự nguyện trao số phận của mình vào tay người khác, hoặc sẽ tự giải thoát mình khỏi sự kiểm soát do hoàn cảnh áp đặt, vì đường chỉ được tìm thấy khác nhau ở bàn tay phải hoặc bàn tay trái. Nếu Định Mệnh Đạo từ Thái Âm dừng lại ở Đường Tâm, và có một chữ thập rõ nét trên gò Mộc Tinh, thì may mắn và hạnh phúc sẽ đến nhờ vào một cuộc hôn nhân tốt. Nếu đường xuất phát từ dưới Vòng, nó cho thấy một ảnh hưởng rất xấu cho số phận và đau buồn lớn. Có bốn vị trí chính mà Định Mệnh Đạo có thể kết thúc. Thứ nhất: Trên hoặc hướng tới gò Thổ Tinh - Khi trường hợp này xảy ra và đường là đường tốt, không bị cắt ngang hoặc chắn nhiều, thì sự nghiệp sẽ là một sự nghiệp tốt đẹp, và có thể thành công và chứa đầy những cơ hội tốt. Những cơ hội này thường được thể hiện bằng việc cuối đường phân nhánh nhiều trên gò, mỗi nhánh cho thấy theo hướng của nó, thành công sẽ được hứa hẹn trong lĩnh vực nào. Thứ hai: Trên hoặc hướng tới gò Mộc Tinh - Điều này sẽ cho thấy thành công rực rỡ và tham vọng mãn nguyện nếu đường mọc cao trên gò, nhưng nếu đường chạy lên giữa ngón thứ nhất và ngón thứ hai thì cho thấy cuộc sống yên bình, không gặp khó khăn. Thứ ba: Trên hoặc hướng tới gò Thái Dương - Điều này hứa hẹn thành công trong nghệ thuật, hoặc giàu có lớn nếu đường nét rõ ràng và không bị cắt ngang. Thứ tư: Trên hoặc hướng tới gò Thủy Tinh. - Điều này cho thấy lợi nhuận trong kinh doanh hoặc thành công khoa học. Nếu đường dừng lại ở Đường Tâm, thì nó thường là dấu hiệu của rắc rối tình cảm; nếu ở Đường Trí, vận mệnh thường bị phá hư vì một phán đoán sai lầm; nhưng trong cả hai trường hợp, những dấu hiệu này cần được xác nhận trên các đường khác. Các đường nhỏ cắt ngang Định Mệnh Đạo cho thấy rắc rối, bất trắc; trên hoặc gần đường, thay đổi vận mệnh hoặc nơi cư trú; nếu có các ngôi sao, nguy hiểm.

Nhầm Lẫn: Lầm lẫn với các đường thuộc chùm Thổ Tinh Đạo (Line of Saturn) : đường Manethois (Thiên Cơ Đạo, Mã Số 29), Chusthisis (Gia Cơ Đạo, Mã Số 20), Michulais (Thất Cơ Đạo, Mã Số 33). Ngoài ra, nếu chú ý kém, còn có thể lầm lẫn với các đường của Thái Dương Đạo: Turmantis (Chính Mệnh Đạo, Mã Số 23), Azuel (Đồng Mệnh Đạo, Mã Số 9), Sabaoth (Tư Tưởng Đạo, Mã Số 2).

CÁC ĐƯỜNG CHỈ CỦA BÀN TAY

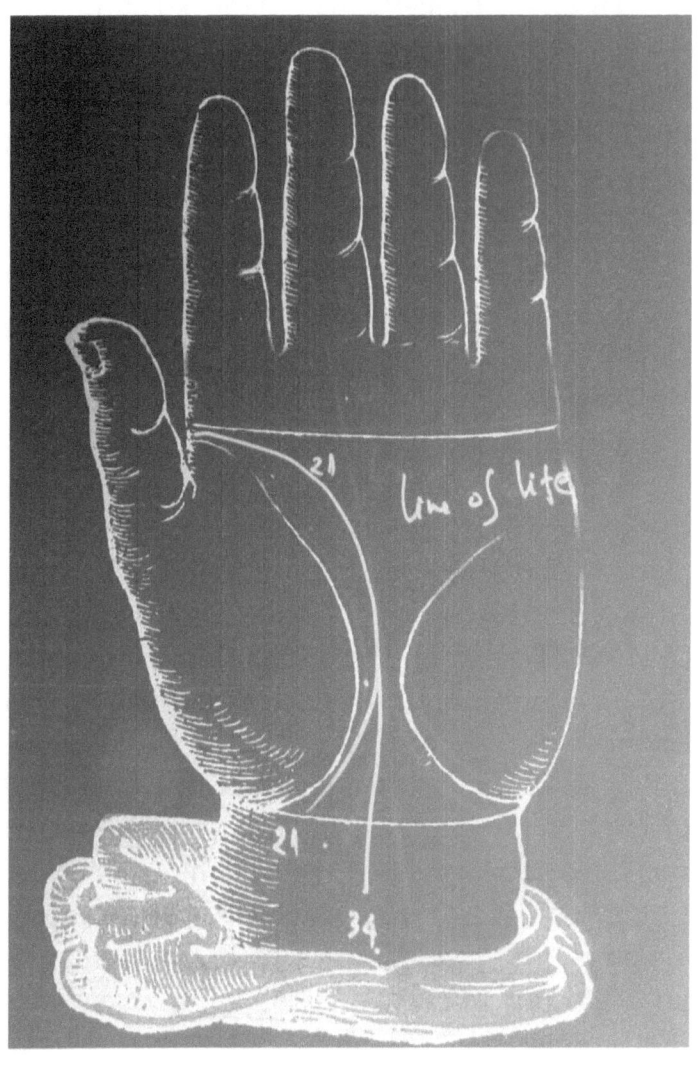

ĐƯỜNG CHỈ TAY SỐ 21: PSAMIATOIS

Tên Chính Thức: Psamiatois (tiếng Latin).

Tên Khác: Ligne de Vie, Ligne du Coeur (tiếng Pháp), Line of Life, Great Palmer Arch (tiếng Anh), Linea Vitalis (tiếng Latin), Phúc Mệnh Đạo (tiếng Việt).

Mã Số: (21)

Vị Trí: Đường quan trọng trong bàn tay, bao quanh cơ ngón cái, một trong ba đường đậm nhất và cơ bản nhất của bàn tay. Trong các sách tiếng Việt cũ thường gọi đường này là Sinh đạo, bạn đọc cần lưu tâm khi tham chiếu.

Đường này được định nghĩa đi từ gò Mộc Tinh đến gò Kim Tinh, đến tận vị trí ngã ba giao nhau giữa gò Kim Tinh, gò Thái Âm và bồn Địa Tinh. Đường này được ứng với Phân Cung (Decans) thứ 21 là Mộc Tinh trong Thiên Bình (Jupiter in Libra). Đường Psamiatois (Phúc Mệnh Đạo, Mã Số 21) và đường Fambais (Tai Mệnh Đạo, Mã Số 34) là hai đường được coi là hai đường của Mệnh Đạo (Line of Life). Hai đường này thường là một, nhưng có đôi khi bị tách làm hai đường. Trong chưởng thủ tướng học, gọi là đường Mệnh Đạo bị phân đoạn. Trường hợp bị tách thành hai đường, thì đường từ gò Mộc Tinh bị suy biến là đường Psamiatois (Phúc Mệnh Đạo, Mã Số 21), còn đường đi từ cổ tay bị suy biến là đường Fambais (Tai Mệnh Đạo,

Mã Số 34). Việc phân biệt hai đường này tùy thuộc vào vị trí của đường này khi đi đến hết gò Kim Tinh, nếu nó rẽ vào gò Kim Tinh thì đó là đường Psamiatois (Gia Mệnh Đạo, Mã Số 21) , nếu nó đi thẳng xuống cổ tay ở bồn Địa Tinh thì đó là đường Fambais (Tai Mệnh Đạo, Mã Số 34).

Ý Nghĩa: Mộc Tinh trong Thiên Bình (Jupiter in Libra) được định nghĩa là Religion of Spouse, ám chỉ đến sự phúc hạnh trong gia đình và hôn phối, ý nghĩa của nó chính là sự phúc lộc của người đó. Đường Mệnh Đạo, là đường chung cuộc của đời người, vậy, thế nào mới là chung cuộc của đời người, chính là phúc mệnh của người đó, và tai mệnh của người đó. Phúc mệnh chính là phúc đức của gia đình; gia đình êm ấm hòa thuận thì chính là mệnh tốt, còn những thứ khác, công danh, sự nghiệp, tài sản, sức khỏe, tài năng, tất cả đều không phải là phúc mệnh. Người xưa thật hữu ý. Tai mệnh là những tai biến xuất hiện trong đời con người, những thứ không ai muốn, nhưng không ai tránh khỏi.

Lịch Sử: Đường này thường luận giải phức hợp. Một số nhà chưởng thủ tướng học luận đường này gần như đường sức khỏe, có nhà luận đường này gần như đường công danh. Tôi cho rằng luận như vậy là thiếu hợp lý. Nếu đã có đường này, sao phải có thêm Line of Health (Sinh Đạo), Line of Success (Công Danh Đạo) chi nữa ?

Có người luận rằng, đường này tổng quát hóa của các đường khác, nghe có vẻ hợp lý, kỳ thực lại càng vô lý hơn. Vậy một sự kiện hiện tỏ trên đường này sẽ không có trên các đường kia ? hoặc giả những sự kiện sẽ được hiển thị ở cả 2 đường? Kiểu nào cũng dẫn đến sự kiên cưỡng. Mỗi đường trên bàn tay, ám chỉ về một vấn đề của đời sống, không thể có hai đường một vấn đề. Các đường có thể cùng chủ đề, nhưng mỗi đường phải chỉ ra một mặt khác nhau, mỗi sự kiện, chỉ được ám thị duy nhất trên một đường. Do vậy, cần suy xét đến điều này khi đọc các sách của các nhà chưởng thủ tướng học khác. Ví dụ như nhà chưởng thủ tướng học Chiero hầu như chỉ nói về sức khỏe ("very healthy, robust constitution";" robust animal strength";"strain of ill-health"...). Nhà chưởng thủ tướng học Jean Belot thì phân sức khỏe thành hai đường: Line of Life (Sinh Đạo) chỉ về trái tim (ông gọi là Ligne du Coeur), còn Line of Destiny (ông gọi là Ligne du foye saturnien) chỉ về bụng và dạ dày.

Nhầm Lẫn: đường này hầu như không lầm lẫn. Chỉ có sự phân biệt nhất định giữa đường Psamiatois (Phúc Mệnh Đạo, Mã Số 21) và đường Fambais (Tai Mệnh Đạo, Mã Số 34) là hai đường được coi là hai đường của Mệnh Đạo (Line of Life).

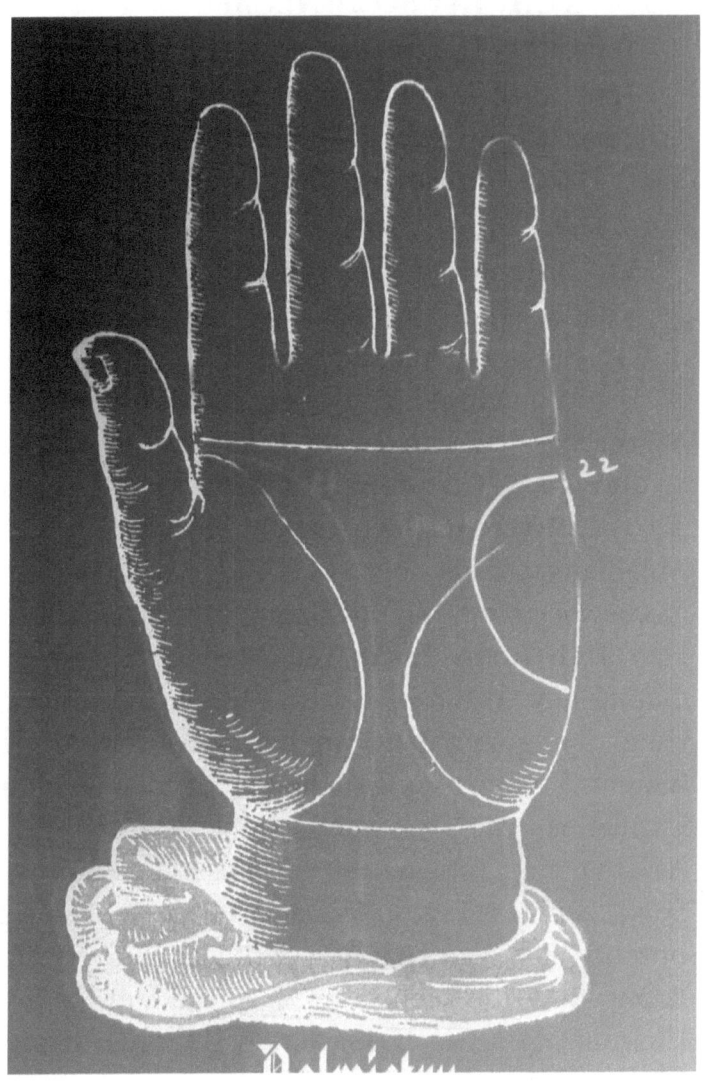

ĐƯỜNG CHỈ TAY SỐ 22: NECBEUOS

Tên Chính Thức: Necbeuos (tiếng Latin).

Tên Khác: Ligne des Maladies, Ligne des Maladies d'Esprit (tiếng Pháp), (tiếng Anh), Tử Mệnh Đạo, Bệnh Tật Đạo (tiếng Việt).

Mã Số: (22)

Vị Trí: là một đường bán cung đi từ gò Hỏa Tinh đến gò Thái Âm, nằm song song và rộng hơn đường bán cung Aulathamas (Thiên Sư Đạo, Mã Số 1) bao quanh gò Hỏa Tinh. Hai đường này là hai đường khắc sinh, hễ có đường này thì không có đường kia. Tuy nhiên, vì Aulathamas là huynh đạo, nên Necbeous luận giải chính theo vị trí của Aulathamas, là kết nối từ Hỏa Tinh đến Hỏa Tinh. Necbeous tương ứng phân cung (decan) thứ 22 là Hỏa Tinh trong Thiên Yết (Mars in Spcorpio). Đường này có thể bị suy biến thành một đường cung, đi từ giữa gò Thái Âm hướng lên trên, rất dễ nhầm với nhiều đường ở khu vực rìa mép tay như Turmantis (Chính Mệnh Đạo, Mã Số 23), Aulathamas (Thiên Sư Đạo, Mã Số 1), Somachalmais (Trực Giác Đạo, Mã Số 11). Trường hợp suy biến ở gò Thái Âm, đi từ Hỏa Tinh hướng xuống dưới thì hiếm hơn, và có thể lầm lẫn với Charmine (Ảo Giác Đạo, Mã Số 12), Frich (Ngân Hà Đạo, Mã Số 15).

Ý Nghĩa: Phân cung Hỏa Tinh trong Thiên Yết (Mars in Spcorpio) ám chỉ Courage of Death, nói về khả năng tự sát hoặc về cái chết đột ngột, không thể kiểm soát được. Hỏa Tinh ám chỉ sự sống, sự hoạt động; còn Thiên Yết ám chỉ cái chết và sự nguy hiểm. Cho dù suy biến ở hướng nào, ý nghĩa của đường này vẫn gắng liền với khả năng về cái chết. Tuy nhiên, nếu suy biến ở gò Thái Âm (tức là suy biến ở Thiên Yết), yếu tố chết được giảm nhẹ, đường này ám chỉ những bệnh tật nặng ảnh hưởng mạnh đến sức khỏe. Nếu suy biến ở gò Hỏa Tinh, đường này ám chỉ sự tự sát, mưu sát hoặc ám sát, hoặc chết bởi nguyên nhân "không tự nhiên".

Lịch Sử: Đường này hiếm khi được nhắc đến trong các sách cổ điển. Nhà chưởng thủ học Jean Belot gọi nhóm đường ngang khu vực gò Hỏa Tinh (gồm Necbeous và Somalchamais) này là đường bệnh tật (Ligne des Maladies, Ligne des Maladies d'Esprit). Nhà tiên tri Paul Christian định nghĩa phân cung của đường này là "thất vọng, âm mưu, kẻ thù ẩn giấu và nguy hiểm", có lẽ ám chỉ đến sự mưu sát khi suy biến ở gò Hỏa Tinh. Nhà huyền học Mc.G.Mathers gọi phân cung này là "mất mát niềm vui", cũng khá giống với nghĩa của đường này khi tự sát hoặc ám sát. Các nhà chưởng thủ tướng học mới như Chiero đường như không nhắc gì về đường này.

Nhầm Lẫn: Đường này nếu bị suy biến sẽ dễ lầm với đường Turmantis (Chính Mệnh Đạo, Mã Số 9), Aulathamas (Thiên Sư Đạo, Mã Số 1), Somachalmais (Trực Giác Đạo, Mã Số 11), Charmine (Ảo Giác Đạo, Mã Số 12), Frich (Ngân Hà Đạo, Mã Số 15).

CÁC ĐƯỜNG CHỈ CỦA BÀN TAY

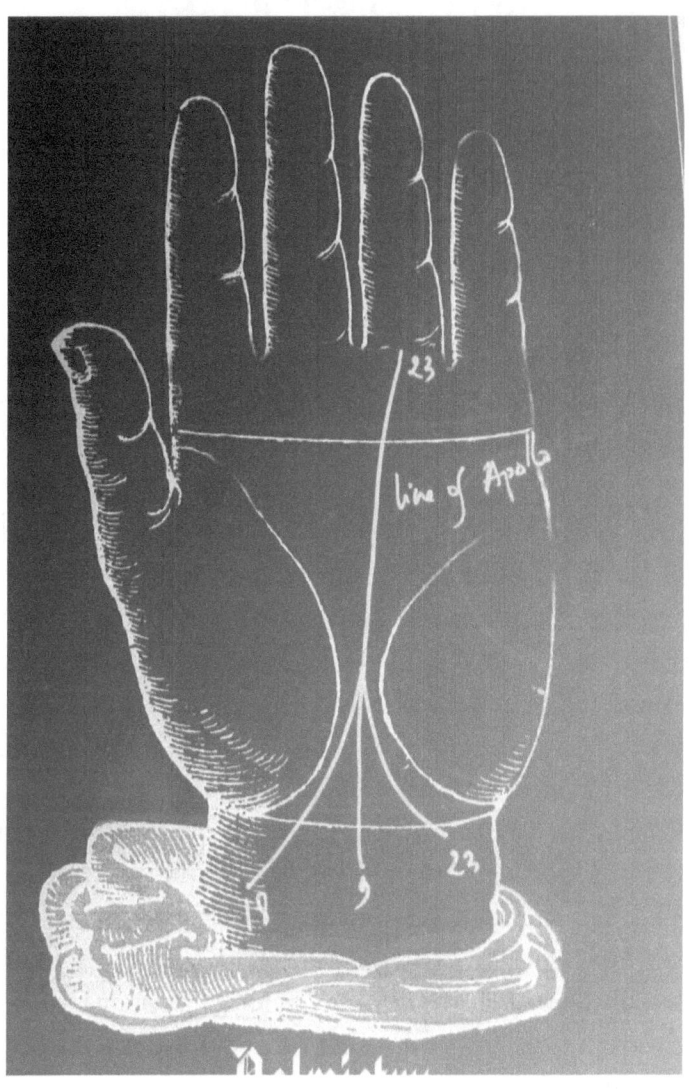

ĐƯỜNG CHỈ TAY SỐ 23: TURMANTIS

Tên Chính Thức: Turmantis (tiếng Latin).

Tên Khác: Ligne du Soleil, Ligne d'Apollo (tiếng Pháp), Line of Apollo, Line of Sun, Line of Success, Line of Brilliancy (tiếng Anh), Linea Honoris, Linea Solis (tiếng Latin), Nhật Tinh Đạo, Nhật Thần Đạo, Chính Mệnh Đạo (tiếng Việt).

Mã Số: (23)

Vị Trí: Đường Turmanlis đi từ gò Thái Dương đi lệch xuống đáy của gò Thái Âm. Đây là đường phức tạp nằm trong cụm các đường thuộc về đường Nhật Tinh Đạo (đường Nhật Thần Đạo, hoặc Line Of Apollo, Line of Sun). Trong thuật xem chỉ tay, đường Nhật Tinh là đường thường mờ ảo, có nhiều dị biệt giữa các sách, tùy quan niệm của người viết sách. Bao gồm các đường Azuel (Đồng Mệnh Đạo, Mã Số 9), Turmantis (Chính Mệnh Đạo, Mã Số 23), Michulais (Khổ Mệnh Đạo, Mã Số 18). Ba đường này đều là đường khắc sinh với nhau, tức là nếu có đường này thì đường kia sẽ không tồn tại. Nếu đường này từ gò Thái Dương lệch về gò Kim Tinh thay vì lệch đến gò Thái Âm thì trở thành đường Michulais (Khổ Mệnh Đạo, Mã Số 18), còn nếu từ gò Thái Dương đi thẳng về cốc Địa Tinh thì trở thành đường Azuel (Đồng Mệnh Đạo, Mã Số 9). Đường này cũng có thể suy biến thành một đường cụt ngắn, thẳng từ gò Thái Dương hướng về cổ tay. Đường này không suy biến ở hướng ngược lại. Đường này có thể dính liền với đường Sabaoth (Tư Tưởng Đạo, Mã Số 2), đi từ gò Hỏa Tinh đến gò Thái Dương, là đường trùng sinh với đường Turmanlis. Đường này cũng có thể dính liền với đường Zamendres (Hôn Nhân Đạo, Mã Số 16), rất ngắn, đi từ gò Thái Dương đến gò Thủy Tinh kế bên. Đường này cũng có thể dính liền với đường Jaus (Tài Lộc Đạo, Mã Số 4), đi từ gò Thủy Tinh đến gò Kim Tinh. Đường này và đường Sabaoth (Tư Tưởng Đạo, Mã Số 2) là hai đường hợp nhất hay đường trùng sinh. Đường Sabaoth là thượng đạo (đường nằm trên), còn đường Turmanlis là hạ đạo (đường nằm dưới). Nên dù đường Turmanlis có đường đi từ gò Thái Dương đến gò Thái Âm, nhưng luận giải vẫn lấy theo đường Sabaoth, tức là tính đi từ gò Hỏa Tinh đến gò Thái Dương. Đường này được ứng với phân cung số 23 là Thái Dương trong Ma Kết (Sun in Scorpio). Ma Kết là cung chi phối bởi Hỏa Tinh.

Ý Nghĩa: Thái Dương trong Thiên Yết (Sun in Scorpio) được định nghĩa như là Artistry of Death. Nó là sự kết hợp của Thái Dương mang ý nghĩa là sự tỏa sáng, lan tỏa, phát kiến; còn Thiên Yết ám chỉ cái chết và sự hồi sinh. Nó ám chỉ mức độ và khả năng bản thân tự tái sinh sau khi bị vấp ngã, hãm hại bởi người khác, để được phát triển và hồi sinh. Đây là một trong ba yếu tố cấu thành của sự thành công trong dự đoán chỉ tay: Đồng Mệnh (mức độ hi sinh của phụ tá cho sự nghiệp), Chính Mệnh (mức độ phục dựng sự nghiệp sau khó khăn), Khổ Mệnh (mức độ bản thân hi sinh cho sự nghiệp). Nếu suy biến ở Thái Âm (tức tương đương suy biến ở Hỏa Tinh), tính chất của Thiên Yết sẽ yếu đi, ám chỉ sự nghiệp sẽ phục dựng mạnh mẽ, hoặc đường phát triển sẽ ít bị ám hại hay thất bại. Ngược lại nếu suy biến ở Thái Dương, tính chất Thiên Yết sẽ mạnh hơn, ám chỉ sự phục dựng sự nghiệp sẽ khó khăn, hoặc đường phát triển bị ngăn trở nhiều.

Lịch Sử: Đường này vốn phức tạp do sự hỗn tạp trong các đường thuộc nhóm đường Nhật Tinh Đạo (Line of Apollo). Nhà tiên tri Paul Christian gáng cung này rõ ràng cho "sự phục thù, sự trả thù và tấn công kẻ thù", còn nhà huyền học Mc.G.Mathers gáng cho "sự hài lòng". Cả hai có đồng quan điểm về vấn đề "trả thù" và "phục dựng sự nghiệp". Nhà chưởng thủ tướng học Chiero cũng có cùng quan điểm về cái này, mặc dù ở góc độ phân tích khác đi. Ông chỉ đơn thuần ghi nhận "Khi xuất phát từ gò Thái Âm, sự thành công của người này liên hệ với sự thất thường của người khác" và "sự thành công này dễ thay đổi, không chắc chắn và không có ý nghĩa chắc chắn về dấu hiệu của giàu có hay danh vọng" (nguyên văn: "Success is more a matter due to the caprice of others. It is more changeable and uncertain and is by no means such a sure sign of riches or solid position."). Theo Katharine St. Hill trong cuốn "The grammar of palmistry", Nhật Tinh Đạo cho thấy vinh quang, danh tiếng, và tài sản, tài năng nghệ thuật và văn học, thành công, sự nổi bật và thịnh vượng trên thế giới. Đường này nên hẹp, sâu, thẳng, dài, và mọc cao trên gò Thái Dương. Có bốn vị trí mà đường này có thể bắt đầu: Thứ nhất: Xuất phát từ Đường Sinh - Đây là dấu hiệu rất tốt, và sẽ cho thấy thành công và may mắn đạt được nhờ thừa kế, hoặc nhờ công lao. Đường này mọc càng thấp, thì danh dự hoặc sự nổi tiếng càng chắc chắn đạt được. Thứ hai: Xuất phát từ gò Thái Âm - Trong trường hợp này, thành công hoặc tài sản sẽ đến một cách bất ngờ, và nhờ sự giúp đỡ của những người khác, nhờ ảnh hưởng của những người bạn quyền lực, hoặc nhờ hôn nhân. Thứ ba: Xuất phát từ Đồng Hỏa Tinh - Giữa bàn tay. Trong trường hợp này, thành công sẽ đến muộn màng trong cuộc đời, hoặc vào thời trung niên, và là kết quả của công lao và nỗ lực cá nhân. Thứ tư: Xuất phát từ Đường Hôn Nhân - Điều này sẽ cho thấy một người có tính cách biết trân trọng, yêu thích nghệ thuật và cái đẹp; nhưng sẽ không đạt được tài sản hay danh tiếng nhờ nó. Đôi khi, Nhật Tinh Đạo có thể bắt đầu từ dưới gò Kim Tinh, chạy song song với Đường Sinh trong một khoảng cách ngắn; tài sản và thành công sau đó sẽ đạt được nhờ tình yêu hoặc hôn nhân, hoặc nhờ sự giúp đỡ của một tình bạn thân thiết, nhưng chủ thể không được sinh ra để hưởng những điều đó. Các đường cắt ngang: Đây là những trở ngại trên con đường thành công, và nếu chúng chắn ngang đường mà không cắt xuyên qua, thì những trở ngại có thể đến từ sự ganh tị và ác ý; nếu chúng chắn ngang đường gần điểm bắt đầu, chúng sẽ cho thấy mất mát tài sản của cha mẹ trong thời thơ ấu.

Nhầm Lẫn: Michulais (Khổ Mệnh Đạo, Mã Số 18), Azuel (Đồng Mệnh Đạo, Mã Số 9), Sabaoth (Tư Tưởng Đạo, Mã Số 2), Zamendres (Hôn Nhân Đạo, Mã Số 16), Jaus (Tài Lộc Đạo, Mã Số 4).

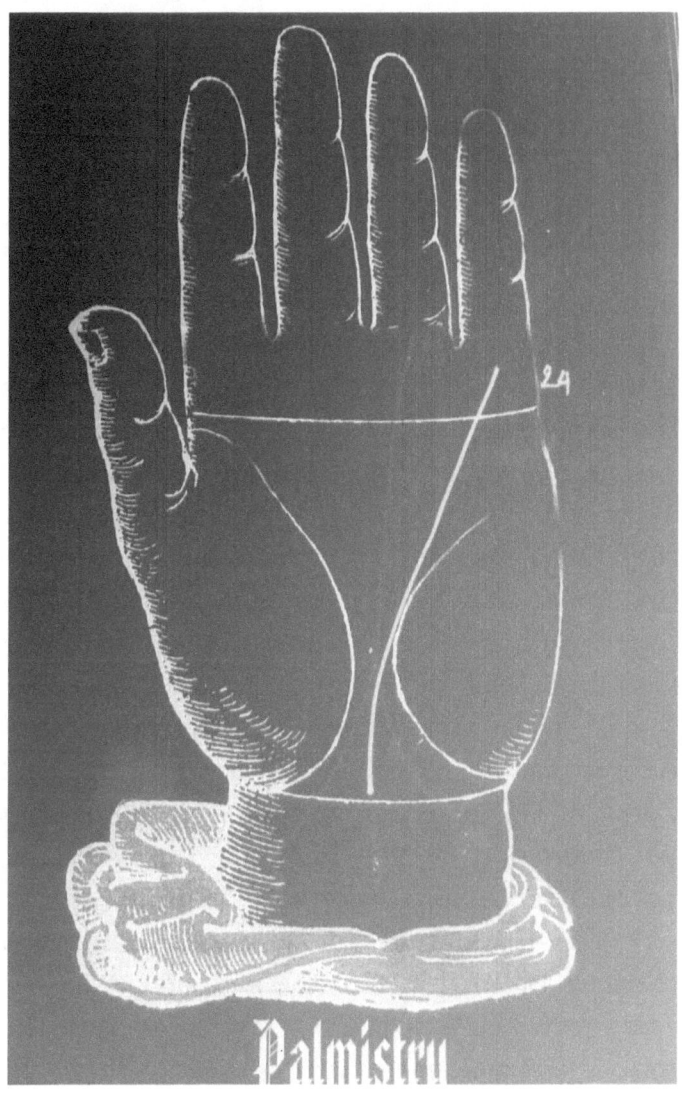

ĐƯỜNG CHỈ TAY SỐ 24: PSERMES

Tên Chính Thức: Psermes (tiếng Latin).

Tên Khác: Ligne of Health, Ligne of Mercury (tiếng Anh), Hepatica (tiếng Latin), Tai Nạn Đạo, Thủy Tinh Đạo, Sinh Đạo (tiếng Việt).

Mã Số: (24)

Vị Trí: Một đường thẳng, đi từ gò Thủy Tinh (Mount of Mercury, Mã Số 39) đến bồn Địa Tinh ở cổ tay, tương ứng với vị trí Phân Cung (Decan) số 24, tức là Kim Tinh trong Thiên Yết (Venus in Scorpio), Thiên Yết có chủ tinh là Hỏa Tinh. Đường này và đường Disornefais (Sinh Lực Đạo, Mã Số 3) là hai đường hợp nhất, gọi là đường khắc sinh, tức là chỉ có thể có một trong hai đường này trong một bàn tay. Disornefais là thượng đạo (đường nằm trên), còn Psermes là hạ đạo (đường nằm dưới). Nên dù Psermes có đường đi từ Thủy Tinh đến Địa Tinh, nhưng luận giải vẫn lấy theo đường Disornefais, tức là tính đi từ gò Hỏa Tinh đến Kim Tinh, cho nên đường này mới ứng được với phân cung (decans) thứ 24 là Kim Tinh trong Thiên Yết (Venus in Scorpio). Đường này có thể suy biến thành một đường ngắn, không hoàn thành được toàn bộ. Có thể suy biến ở phía gò Thủy Tinh (tức là đường này ở vị trí gò Thủy Tinh mờ và yếu hoặc mất hẳn) hoặc ngược lại ở phía cốc Địa Tinh (tức là đường này ở vị trí cốc Địa

Tinh mờ và yếu hoặc mất hẳn). Đường này cũng có thể thịnh biến thành Jaus (Tài Lộc Đạo, Mã Số 4), bằng cách chuyển đường đi từ gò Thủy Tinh đến Địa Tinh, thành đi từ gò Thủy Tinh (Mount of Mercury, Mã Số 39) đến gò Kim Tinh, lệch về phía gò Kim Tinh khoảng vài phân. Đường này cũng có thể thịnh biến cả hai đầu thành đường Disornafais (Sinh Lực Đạo, Mã Số 3), bằng cách chuyển đường đi từ gò Thủy Tinh đến cốc Địa Tinh, thành đi từ gò Hỏa Tinh (Mount of Mars, Mã Số 37) đến gò Kim Tinh (Mount of Venus, Mã Số 38), ngay cách bên dưới đường cũ chừng vài phân. Đa số coi đường Jaus cùng với đường Psermes và đường Disornafais là cùng một đường duy nhất, cùng thuộc về Thủy Tinh Đạo hay Line of Mercury.

Ý Nghĩa: Kim Tinh trong Thiên Yết (Venus in Scorpio) được định nghĩa như là Passion of Death, đại diện cho những vấn đề về tai nạn liên quan đến thân xác. Đường này thuộc Thứ Đạo (tức là có thể có hoặc không có trong bàn tay). Nó kết hợp giữa vấn đề chết chóc trong Thiên Yết và tính sự yêu thích thái quá trong Kim Tinh. Thiên Yết được làm chủ bởi Hỏa Tinh, nên nếu suy biến ở gò Hỏa Tinh - huynh đạo (tương đương gò Thủy Tinh - đệ đạo), thì yếu tố Hỏa Tinh/Thủy Tinh sẽ mạnh lên, đường này sẽ mang ý nghĩa chính yếu là cái chết và tai nạn bất ngờ. Nếu suy biến ở Kim Tinh - huynh đạo (tương ứng Địa Tinh - đệ đạo) thì yếu tố Kim Tinh/Địa Tinh sẽ mạnh lên, mang ý nghĩa chính yếu là mất mát về tinh thần, tình cảm hoặc tiền bạc. Nghĩa của nó sẽ thay đổi mạnh nếu thịnh biến thành đường Disornafais (Sinh Lực Đạo, Mã Số 3), hay thịnh biến thành đường Jaus (Tài Lộc Đạo, Mã Số 4), với tầm nghĩa khác biệt hơn.

Lịch Sử: Các nhà học thuyết hay gắng giá trị của tai nạn bạo lực, liên quan thể xác. Nhà chưởng thủ tướng học Jean Belot (Tk 17) cho tên đường này là Hepatica (tiếng Latin, nghĩa là sức khỏe), với ý nghĩa dự đoán về tình trạng sức khỏe của đương sự. Nhà tiên tri Paul Christian (Tk 20) cho vị trí phân cung này giá trị "xu hương bạo lực", hàm ý về sự tình trạng tai nạn gây ra bởi bạo lực của đương sự. Nhà huyền học Mc.G.Mathers (Tk 19) gáng cho vị trí Phân Cung này giá trị Trục Trặc Tiền Bạc, ám chỉ những sa đọa có thể gặp phải do tham lam tiền bạc (dùng mánh lới để đoạt tiền bạc). Mặc dù trong ba đường được xem là thuộc về Line of Mercury (Thủy Tinh Đạo), Jaus và Psermes là hai đường có xuất phát thật sự từ gò Thủy Tinh (Mount of Mercury), nhưng đường như các nhà chưởng thủ tướng học lại gáng giá trị của đường Line of Health (thường gọi thay cho Line of Mercury) cho đường thứ ba là Disornefais, hơn hai đường còn lại. Nhà chưởng thủ tướng học là Chiero (Tk 19) có vẻ luận giải khá phân vân đề đường này, như ông đã thú nhận, "đây là một đường có nhiều chủ đề nhất". Một mặt, ông gáng nó cho sức mạnh tinh thần ("mental strength"), liên hệ với sức khỏe về mặt tinh thần. Mặt khác, ông cũng gáng nó cho giá trị sức khỏe về mặt thể xác, sức mạnh và tình trạng thể xác, với ý nghĩa tích cực ("greater health and strength took possession of the body"). Ông cũng không quên cả ý nghĩa liên quan đến tình trạng của trí tuệ và não trạng, ("Its absence denotes an extremely robust, strong constitution, and a healthy state of the nervous system"). Sự tổng hợp hỗn tạp của Chiero ảnh hưởng đến các thế hệ chưởng thủ tướng học ở Âu Châu, khiến cho đường này trở thành một luận giải gây tranh cãi. Trong trường hợp này, Jaus rõ ràng gắng liền với sức mạnh trí tuệ và não trạng, trong khi Disornefais gắng liền hơn với sức khỏe và thể xác (đúng với từ Line of Health, hay đường Sinh Đạo). Đường Psermes (Tai Nạn Đạo, Mã Số 2) có vẻ là đường gắng liền với giá trị cuối cùng của Line Of Mercury, là chủ đề sức mạnh thể xác khi ám chỉ những tai nạn gắng liền với thể xác. Chiero còn chú thích rõ hơn, nếu đường này cùng cắt với đường Mệnh Đạo (Line of Life), đây có thể là biểu hiện của bệnh tật do làm việc, còn nếu cắt với đường Tâm Đạo (Line of Heart), đây là biểu hiện của bệnh trạng suy tim, hoặc có thể chết vì đau tim. Theo Katharine St. Hill trong cuốn "The grammar of palmistry", Thủy Tinh Đạo nên bắt đầu từ Thủ Trạc Đạo hoặc từ Đường Sinh, và tiếp tục đi lên hoặc hướng tới gò Thủy Tinh; nhưng đường này rất không đều và có thể bắt đầu hoặc kết thúc ở hầu hết mọi vị trí trên bàn tay. Đường này nên dài, hẹp, rõ ràng, màu sắc đẹp và thẳng; điều này sẽ cho thấy sức khỏe tốt, trí nhớ tốt và lòng tốt. Nếu đường này ngoằn ngoèo, nó cho thấy tính khí nóng nảy và hay cáu gắt. Nếu nó nối với Đường Tâm mà không cắt ngang, thì nó sẽ cho thấy sự yếu tim; nếu nó nối với Đường Trí, thì nó cho thấy xu hướng bị tai biến não do làm việc quá sức hoặc quá hưng phấn, đặc biệt nếu Thủy Tinh Đạo phân nhánh ở cổ tay. Một chữ thập trên đường cho thấy bệnh tật, ngày mắc bệnh phải được tìm trên Thủy Tinh Đạo. Các đường nhỏ cắt ngang nó cho thấy sự yếu đuối và nhạy cảm, thường là đau đầu hoặc đau dây thần kinh. Nếu đường bị đứt đoạn, nó sẽ cho thấy tắc nghẽn phổi hoặc viêm màng phổi. Nếu đường có màu sắc không đều và rất đỏ gần giữa, thì nó cho thấy xu hướng sốt, và các chấm đỏ hoặc đen cho thấy bệnh nặng; nếu nó có màu đỏ gần Đường Trí, thì nó cho thấy đau đầu dữ dội, nếu nó rất nhợt nhạt và trắng, thì đó là chứng khó tiêu mãn tính. Rất đỏ gần Thủy Tinh Đạo cho thấy bệnh tim. Một ngôi sao trên Thủy Tinh Đạo cho thấy không có gia đình; một ngôi sao gần nó trên Đồng Bằng Hỏa Tinh cho thấy thị lực giảm, đôi khi mù lòa. Các nhánh từ Thủy Tinh Đạo đến Mệnh Đạo cho thấy những thay đổi trong quan hệ kinh doanh hoặc nghề nghiệp, điều này cũng được thể hiện bằng một chữ thập gần nhưng không liên quan đến Thủy Tinh Đạo. Một nhánh từ Thủy Tinh Đạo đến gò Mộc Tinh cho thấy những thay đổi lớn và nhiều chuyến đi; nếu nó hướng lên gò Thái Dương, thì nó sẽ có nghĩa là sở hữu một số tiền lớn. Khi Thủy Tinh Đạo được đi kèm bởi một đường song sinh, đó là dấu hiệu của sức khỏe tuyệt vời và may mắn.

Nhầm Lẫn: Tránh nhầm đường này với các đường thịnh biến của nó như Disornafais (Sinh Lực Đạo, Mã Số 3) và đường Jaus (Tài Lộc Đạo, Mã Số 4), nhiều nhà chưởng thủ tướng học gộp hai đường này và Psermes thành một đường duy nhất là Thủy Tinh Đạo hay Line of Mercury.

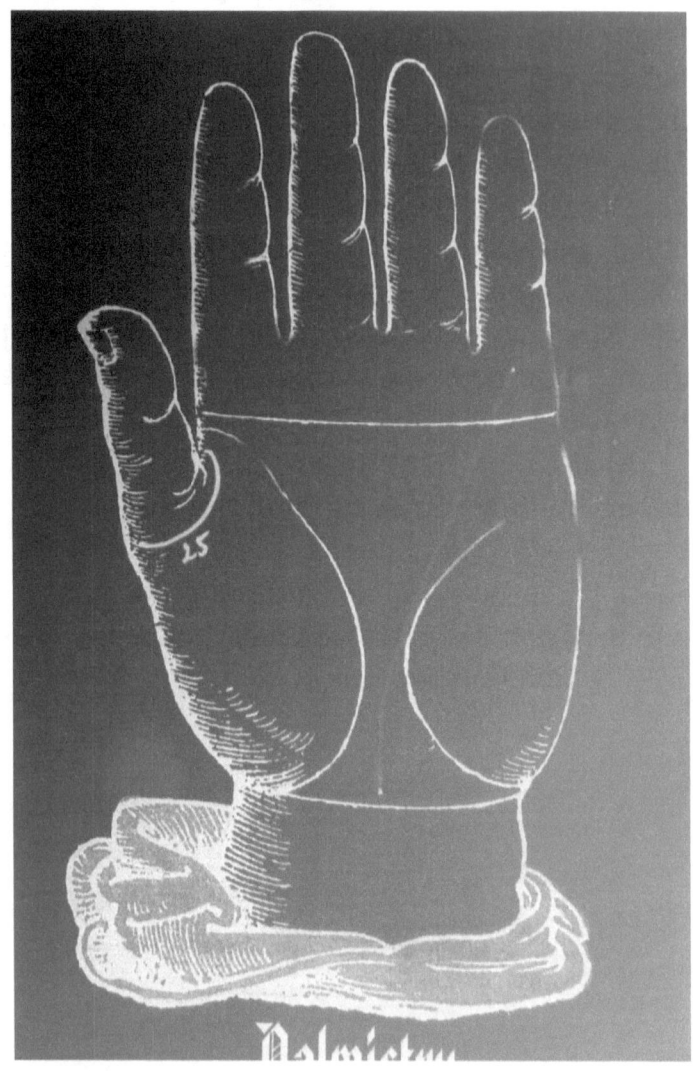

ĐƯỜNG CHỈ TAY SỐ 25: CLINOTHOIS

Tên Chính Thức: Clinothois (tiếng Latin).

Tên Khác: Ligne de Mars (tiếng Pháp), Line of Mars (tiếng Anh), Linea Martis (tiếng Latin), Hỏa Tinh Đạo, Nội Tâm Đạo, Binh Nghiệp Đạo (tiếng Việt).

Mã Số: (25)

Vị Trí: Một đường cung tròn, vòng quanh ngón cái, thường song song cùng chiều với đường Line Of Life (Sinh Đạo/ Phúc Mệnh Đạo). Đường này định nghĩa đi từ gò Kim Tinh đến chính nó tương ứng với vị trí Phân Cung (Decan) số 25, tức là Thủy Tinh trong Nhân Mã (Mercury in Sagittarius), Nhân Mã có chủ tinh là Mộc Tinh. Đường này và đường Manuchos (Phân Giới Đạo, Mã Số 7) là hai đường trùng sinh. Đường Manuchos là thượng đạo, đường Clinothois là hạ đạo, nên Clinothois luận giải theo vị trí của đường Manuchos là từ gò Mộc Tinh đến gò Thủy Tinh. Đường này thường phức tạp, khá mờ xen nằm ngay trên gò Kim Tinh, nên bị các đường khung ray (Grid of Mount of Venus) làm cho lộn xộn, gây lầm lẫn với đường Ularis (Thân Hữu Đạo, Mã Số 31). Thực ra để nhận ra đường này không khó: Clinothois nằm song song và cùng chiều úp với đường Line of Life (tạo thành vòng quay quanh ngón cái), trong khi Ularis ngược chiều úp với đường Line of Life. Cặp đường Ularis và Clinothois thường được gọi là Line of Mars (Hỏa Tinh Đạo)- tùy sách, một số chỉ công nhận Clinothois, như nhà chưởng thủ tướng học Benhams. Truyền thống Anh (Chiero, Benhams), vẫn coi vị trí khe giữa ngón cái và ngón trỏ là gò Hỏa Tinh Dương (bàn tay gồm hai gò Hỏa Tinh, gồm gò Hỏa Tinh Dương và gò Hỏa Tinh Âm; gò Hỏa Tinh Âm là gò Hỏa Tinh hiện tại) từ đó xuất phát tên của đường này là đường Hỏa Tinh. Truyền thống cổ, coi khu vực Hỏa Tinh Dương là sườn Phồn Thịnh (tiếng Latin: Ram Prosperititis), tôi theo thuyết này, mặc dù vẫn bảo lưu tên đường Hỏa Tinh (Line of Mars) đã được sử dụng nhiều trong giới chưởng thủ tướng học. Đường này khá mờ, nên không có suy biến, nếu có cũng khó mà nhận ra được.

Ý Nghĩa: Thủy Tinh trong Nhân Mã (Mercury in Sagittarius) được định nghĩa là Communication of Journey, trong đó Thủy Tinh đại diện cho sự truyền đạt, trao đổi còn Nhân Mã đại diện cho những chuyến du hành. Ý tổng quan của đường này là ám chỉ những người yêu thích sự du hành, yêu sự tự do, độc lập và những cuộc phiêu bạt. Đường này còn ám chỉ về nghiệp nhà binh, khi ám chỉ những chiến binh cổ đại, thường xuyên hành quân và sống xa nhà vào thời trung cổ. Thông thường, vào thời cổ, binh lính chỉ được huy động khi có chiến tranh, không có khái niệm binh lính thường trực (khác với quan niệm nhà binh hiện nay, ít nhiều không còn tính tự do). Chú ý rằng Nhân Mã cũng là một chiến binh, thuộc Mộc Tinh, có tính tự chủ cao. Đường này nếu suy biến ở vị trí gần gò Mộc Tinh (tức là suy biến ngay khe giữa ngón trỏ và ngón cái) thì yếu tố trao đổi, truyền đạt được đẩy mạnh, đường này gắng liền với sự thống nhất trong lý tưởng, thường là những quân nhân chuyên nghiệp, hoặc những người cách mạng chiến binh. Ngược lại nếu suy biến ở vị trí gần cổ tay (tức là suy biến ở yếu tố Thủy Tinh) thì đường này trọng sự du hành và sự tự do, độc lập: nó liên hệ với các chiến binh tự do, những tay phiêu bạt đơn lẻ, những toán cướp vô tổ chức, những nhà thám hiểm vĩ đại...

Lịch Sử: Trái với đường Ularis gần nó, ít khi được nói tới. Đường này là một trong những đường cơ bản của bàn tay. Nhà chưởng thủ tướng học Chiero cho là "một dấu hiệu tuyệt vời cho bàn tay của người lính, hoặc những người có mối liên kết cùng những hiểm nguy chực chờ" (nguyên văn "an excellent sign on the hands of soldiers, or in connection with all persons who follow a dangerous calling"). Ông còn nhận định đây là đường "biểu hiện sự mạnh mẽ và sẵn sàng chiến đấu", "xu hướng tranh cãi và thường lao vào nguy hiểm"... Nhà huyền học Mc.G.Mathers và nhà tiên tri Paul Christian đánh giá không khác hơn: "nhanh nhẹn, nhanh nhạy" (Mathers), "thiên hướng độc lập, có sự nghiệp trong binh nghiệp hoặc các nghề có tính đồng đội".

Nhầm Lẫn: lầm lẫn dễ dàng với Ularis (Thân Hữu Đạo, Mã Số 31).

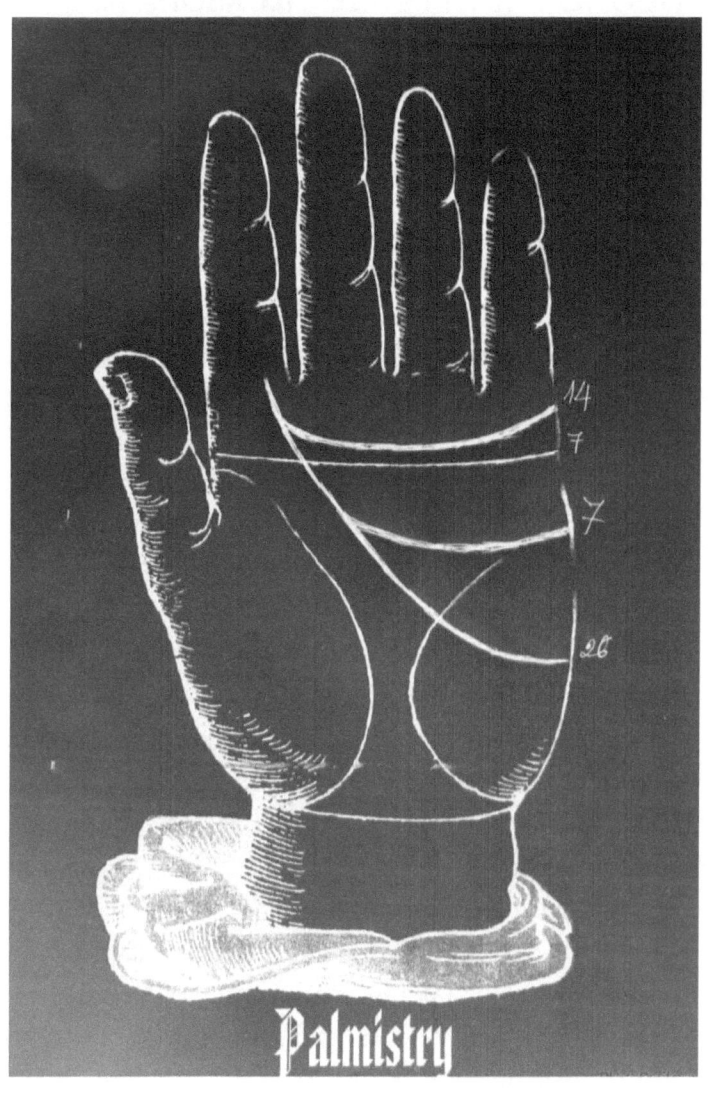

ĐƯỜNG CHỈ TAY SỐ 26: THURSOIS

Tên Chính Thức: Thursois.

Tên Khác: Ligne de Dercussion (tiếng Pháp), Line of Heart (tiếng Anh), Mensalis (tiếng Latin), Tâm Đạo, Tâm Thần Đạo, Tinh Thần Đạo (tiếng Việt), đôi khi nhầm lẫn gọi là Duyên Đạo, hay đường Tình Duyên (tiếng Việt).

Mã Số: (26)

Vị Trí: Đường vòng cung đi từ gò Mộc Tinh đến gò Thái Âm, đây là một đường rất phức tạp, đôi khi gồm nhiều nét đứt liền nhau và nối với nhau lỏng lẻo, tương ứng với vị trí Phân Cung (Decan) số 25. Đường này cực kỳ phức tạp về mặt vị trí, vì trong lịch sử chưởng tướng học, đường này thường được lý giải thành các đường khác như Manuchos (Phân Giới Đạo, Mã số 7), đường Zachos (Bá Quyền Đạo, Mã số 14) và đường Samotois (Trí Đạo, Mã số 5). Sự khác nhau là ở gò đến nếu dựa trên sự xuất phát từ gò Mộc Tinh đến ba gò thuộc về phía rìa cạnh chặt của bàn tay (rìa Ulnar) là gò Thái Âm, gò Thuỷ Tinh, gò Thái Dương. Một loạt các đường khác, xuất phát từ gò Kim Tinh thay vì gò Mộc Tinh đến ba gò thuộc về phía rìa cạnh chặt của bàn tay (rìa Ulnar) là gò Thái Âm, gò Thuỷ Tinh, gò Thái Dương, tạo thành nhóm đường liên quan đến vị trí của đường Samotois (Trí Đạo, Mã Số 5). Về các vị trí đường liên đới với đường Samotois (Trí Đạo, Mã Số 5) xin xem mã số 5.

Ý Nghĩa: Thái Âm trong Nhân Mã (Moon in Sagittarius) được định nghĩa như là Mysticism of Journey, đại diện cho sự huyền bí của đời sống, bao quát toàn bộ các vấn đề thuộc về tâm linh và tinh thần của con người. Đường này được xem là đại diện cho tính phiêu bạt, thuộc về tự do tâm linh hay giải thoát về tinh thần, có thể hiểu phong thái như thuật ngữ "du sĩ". Do đó, nó cũng chỉ sự phiêu lãng, sở thích du mục, hay không nhà cửa. Nhân Mã được làm chủ bởi Mộc Tinh, chủ về sự lý tưởng, ý chí hoặc nghĩa vụ cao quý, trong khi Thái Âm là đại diện cho tinh thần, huyền bí, bản năng. Đây là đường thuộc về chính đạo, tuy khó thấy, và phần lớn người ta có đường này không rõ ràng, khi mạnh khi yếu. Khi đường này mạnh, mạch lạc chứng tỏ cho thấy một người có đức tin cao, có thể đến mức cuồng tín, hoặc có sức mạnh tâm linh to lớn. Đường này đôi khi bị nhầm là đường tình duyên, do gò Thái Âm ngoài chủ về tâm linh, còn chủ về tình cảm. Hai đường tương tự đường này cũng như có ý nghĩa tương tự thường được giải nghĩa gần giống và được giải nghĩa như là đường này, là đường Manuchos (Phân Giới Đạo, Mã số 7) ám chỉ về lãnh đạo tinh thần, tâm linh (từ gò Mộc Tinh đến gò Thuỷ Tinh), đường Zachos (Bá Quyền Đạo, Mã số 14) ám chỉ về người lãnh đạo về quyền lực, có thể là về tinh thần hay tâm linh, nhưng ở mặt thế tục (từ gò Mộc Tinh đến gò Thái Dương). Đặc biệt là đường này hay trùng một phần với đường Samotois (Trí Đạo, Mã số 5) ám chỉ về trí tuệ, thuộc về trần thế (đi từ gò Kim Tinh đến gò Thái Âm). Đường Thursois nếu suy biến ở phía gò Thái Âm thì ý nghĩa mang tính lãnh đạo biểu tượng của tôn giáo hoặc tâm linh được nhấn mạnh, tức là ý nghĩa biểu trưng hình ảnh hơn là người lãnh đạo tinh thần thật sự; trong khi nếu suy biến về phía gò Mộc Tinh thì tính chất lãnh đạo sẽ giảm đáng kể, trở thành một lãnh tụ tâm linh ẩn sĩ, hay chỉ cho một số ít người biết đến. Tương tự trong cuộc đời người, đường này biểu thị ý chí tâm linh, hoặc sức mạnh tinh thần (thiên hướng về tâm linh hay bản năng) của một người; nếu suy biến ở gò Mộc Tinh thì mang tính chất cực đoan tâm linh rõ rệ, cuồng tín hoặc hoàn toàn ẩn sĩ, hoàn toàn để cho tâm linh và bản năng chi phối mọi hoạt động; trong khi nếu suy biến ở gò Thái Âm, thì tính lý trí tăng lên đáng kể, là mang tính chất lãnh đạo, khống chế, hoặc cho đến lợi dụng tâm linh, một kiểu tâm linh hình thức, hay mang dáng dấp tâm linh.

Lịch Sử: Như đã nói ở trên, về mặt lịch sử, đáng kể nhất là đường này được giải nghĩa như các đường khác, tức là đường Thursois (Trí Đạo, Mã số 26) thường được giải nghĩa gộp các bộ đường từ Mộc Tinh đến ba gò thuộc về phía rìa cạnh chặt của bàn tay (rìa Ulnar) là gò Thái Âm, gò Thuỷ Tinh, gò Thái Dương; hoặc là được giải nghĩa nhằm saung các đường nghĩa gộp của các bộ đường từ gò Kim Tinh đến ba gò thuộc về phía rìa cạnh chặt của bàn tay (rìa Ulnar) là gò Thái Âm, gò Thuỷ Tinh, gò Thái Dương. Đó là lý do vì sao đường này thời cổ, trong tiếng Latin, được gọi là đường Mentalis, tức là thuộc về "mental" (tinh thần) tức tâm trí, trong khi đường Samotois (Trí Đạo, Mã số 5) lại được mang tên là đường Naturalis trong tiếng Latin, tức là thuộc về "nature" (tự tính), tức tự nhiên, bản năng. Việc nhầm lẫn này kéo dài trong lịch sử cho đến hiện đại. Đường này cũng được giải nghĩa sai lầm là đường tình duyên, do phát xuất từ tên tiếng Anh của đường này là "Line of Heart", hay đường trái tim, trong khi ý nghĩa của nó ám chỉ tính tâm linh hay lĩnh vực tinh thần; trong khi đường thật sự liên quan đến tình yêu và hôn nhân là đường Zamendres (Hôn Nhân Đạo, Mã Số 16). Mặc dù nhầm lẫn, nhà chưởng tướng học Chiero vẫn nhận định chính xác bản chất của đường này mặc dù nhầm về vị trí "Đường Tâm Đạo là đường chạy ngang qua lòng bàn tay dưới các ngón tay và thường mọc lên dưới gốc ngón tay đầu tiên, chạy ra ngoài cạnh lòng bàn tay dưới gốc ngón tay thứ tư hay ngón ủng"; ông đã xác định rất đúng rằng

"Đường Tâm Đạo chỉ liên quan trực tiếp đến tình cảm, thực tế là, đến khía cạnh tâm lý của tính yêu của chủ thể. Chúng ta cần nhớ rằng, do nó nằm trên phần tay ở trên Đường Trí [Trí Đạo, Mã Số 5], đồng nghĩa với việc nó thuộc về phần tay liên quan đến đặc tính tâm lý chứ không phải là vật lý.". Ông nhấn mạnh tính chất tinh thần trong lĩnh vực tâm linh của nó thay vì lĩnh vực trí tuệ trần thế. Do tính chất tình cảm thiên về tâm linh mạnh của đường này, nhà huyền học Paul Christian gọi nó là đường "nguy hiểm và đau khổ", nhưng huyền học Mc.G.Mathers gọi nó là "sức mạnh vĩ đại". Theo Rosa Baughan trong cuốn The Handbook of Palmistry: Đường Tâm Đạo nằm ngay bên dưới các gò ở gốc của mỗi ngón tay. Đường này, khi rõ ràng, thẳng và có màu sắc đẹp, xuất phát từ Gò Sao Mộc và kéo dài đến mép ngoài của bàn tay, cho biết chủ nhân của nó có một trái tim tốt, có khả năng yêu thương mãnh liệt. Nếu thay vì bắt đầu từ Gò Sao Mộc, nó không bắt đầu cho đến Gò Sao Thổ, thì tình yêu trong bản chất đó sẽ mang tính chất nhục dục hơn. Đường Tình Cảm [Tâm Đạo, Mã Số 26] đôi khi trải dài khắp bàn tay; một đường như vậy cho biết quá nhiều sự dịu dàng - một lòng tận tâm cuồng nhiệt và mù quáng trong tình cảm. Khi Đường Tâm Đạo bị đứt đoạn ở nhiều vị trí, nó có nghĩa là sự không chung thủy, cả trong tình yêu và tình bạn. Nếu các vết đứt xuất hiện ngay bên dưới Gò Sao Thổ, nó cho thấy một kết thúc bi thảm cho tình yêu; nếu bên dưới Gò Mặt Trời, bởi lòng kiêu hãnh; nhưng nếu giữa Gò Sao Thổ và Gò Mặt Trời, sự tan vỡ sẽ do sự ngu ngốc gây ra; nếu giữa Gò Mặt Trời và Gò Sao Thủy, bởi lòng tham lam - mong muốn có một cuộc hôn nhân tốt hơn về mặt đời thường; nếu vết đứt xuất hiện ngay bên dưới Gò Sao Thủy, hậu quả xấu của tình yêu sẽ là do tính thất thường. Khi Đường Tâm Đạo xuất hiện dưới dạng các mắt xích của một sợi xích thay vì một đường nét rõ ràng, nó cho thấy sự không chung thủy và thiếu quyết đoán - xu hướng hướng đến một loạt các cuộc tình vắt vẻo thay vì một tình cảm cao đẹp và nghiêm túc. Nếu nó đi vòng quanh hướng va chạm của bàn tay, nó cho thấy sự ghen tuông. Đường Tình Cảm [Tâm Đạo, Mã Số 26] có màu đỏ đậm cho thấy sức mạnh của tình yêu mãnh liệt đến mức bạo lực; nhưng ngược lại, khi Đường Tình Cảm [Tâm Đạo, Mã Số 26] nhợt nhạt và rộng, đó là dấu hiệu của tính khí lạnh lùng. Nếu Đường Tình Cảm [Tâm Đạo, Mã Số 26] nối với Đường Đời giữa ngón cái và ngón trỏ, đó là dấu hiệu (nếu dấu hiệu có ở cả hai bàn tay) của cái chết bạo lực; nếu chỉ ở một bàn tay, đó là dấu hiệu của một căn bệnh nghiêm trọng nhưng không nguy hiểm đến tính mạng liên quan đến tim. Nếu Đường Tình Cảm [Tâm Đạo, Mã Số 26] rủ xuống hướng Đường

Trí [Trí Đạo, Mã Số 5] và chạm vào nó, đó là dấu hiệu của sự lạnh lùng trong tình cảm: bản năng của trái tim bị chi phối bởi những toan tính đời thường. Các vết đỏ trên Đường Tình Cảm [Tâm Đạo, Mã Số 26] có nghĩa là có nhiều vết thương trong tình cảm như có nhiều nốt. Ngược lại, những đốm trắng cho biết những người khác giới, vào một thời điểm nào đó trong cuộc đời của chủ nhân bàn tay, đã dành cho họ một tình yêu mãnh liệt. Nếu bắt đầu, Đường Tình Cảm [Tâm Đạo, Mã Số 26] phân nhánh hai và một nhánh của nhánh hướng lên Gò Sao Mộc, nó cho biết hạnh phúc lớn lao, vinh quang; nhưng nếu nhánh còn lại dừng lại giữa ngón Sao Mộc và ngón Sao Thổ, thì đó chỉ đơn giản là hạnh phúc tiêu cực - một cuộc đời trôi qua mà không có bất hạnh lớn. Khi một bàn tay (nhưng điều này hiếm gặp) hoàn toàn không có Đường Tình Cảm [Tâm Đạo, Mã Số 26], nó cho thấy ý chí sắt đá, độc ác và tàn nhẫn, trừ khi Vòng Sao Kim sâu và hướng về Gò Sao Thủy, trong trường hợp đó nó sẽ thay thế vị trí của Đường Tình Cảm [Tâm Đạo, Mã Số 26].

Nhầm Lẫn: lầm lẫn dễ dàng với đường Manuchos (Phân Giới Đạo, Mã số 7), đường Zachos (Bá Quyền Đạo, Mã số 14) và đường Samotois (Trí Đạo, Mã số 5).

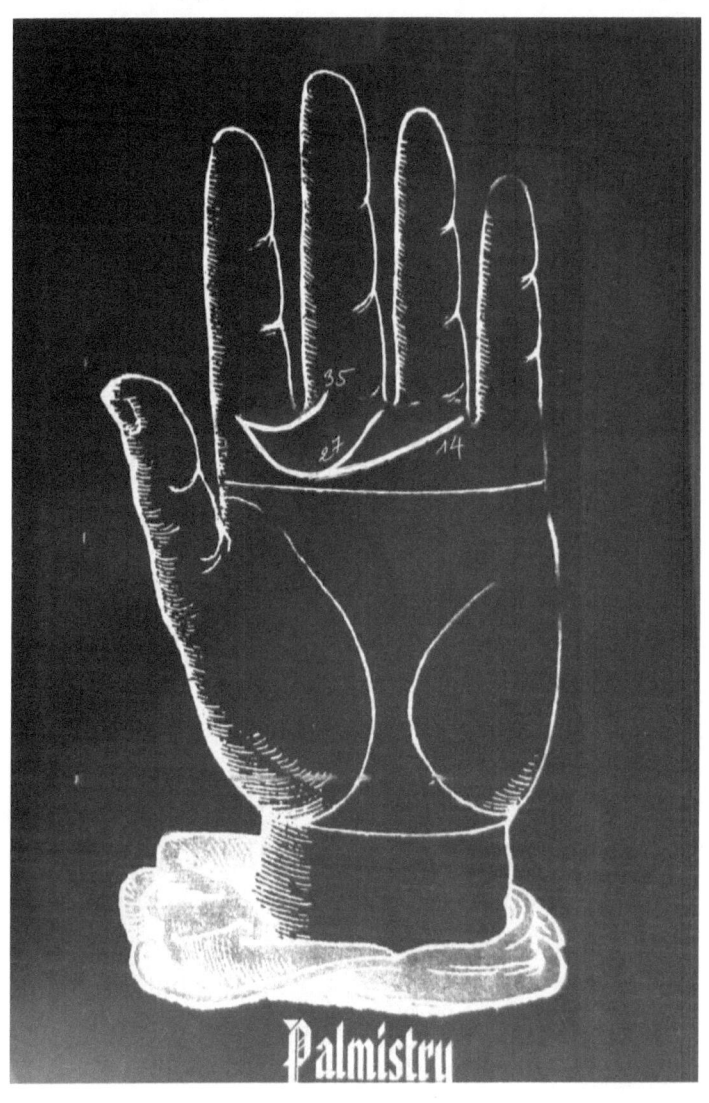

ĐƯỜNG CHỈ TAY SỐ 27: RENETHIS

Tên Chính Thức: Renethis (tiếng Latin).

Tên Khác: Ligne des Chevaliers (tiếng Pháp), Ring of Chevaliers (tiếng Anh), Hiệp Sĩ Đạo (tiếng Việt).

Mã Số: (27)

Vị Trí: Đường giống với đường Flugmois (Nhẫn Mộc Tinh, Ring of Solomon, Mã Số 35) vòng quanh ngón trỏ (Thực Chỉ) ở gò Mộc Tinh, nhưng khác nhau là đường này không đi vòng qua khe ngón trỏ mà đi vào ngay ngón giữa. Đường này định nghĩa đi từ gò Mộc Tinh đến gò Thổ Tinh, tương ứng Phân Cung (Decans) thứ 27, ứng với Thổ Tinh trong Nhân Mã (Saturn in Sagittarius). Đường này ít khi suy biến, nếu suy biến có thể thành một đường nhỏ từ rìa ngón trỏ, có thể gây nhầm lẫn với đường Flugmois (Nhẫn Mộc Tinh, Ring of Solomon, Mã Số 35) hoặc đường Zachor (Bá Quyền Đạo, Mã Số 14).

Ý Nghĩa: Thổ Tinh trong Nhân Mã (Saturn in Sagittarius) được định nghĩa như là Ambition of Journey, đại diện cho hiệp sĩ hoặc các chiến binh theo ý nghĩa cổ xưa. Ý nghĩa của đường này ám chỉ về các nghề nghiệp hoặc tính chất du hành thường xuyên, và có yếu tố ý chí và nghĩa vụ. Nhân Mã được làm chủ bởi Mộc Tinh, chủ về sự lý tưởng, ý chí hoặc nghĩa vụ cao quý, trong khi Thổ

Tinh giữ yếu tố về sự du hành, lữ khách...Người mang đường này thường làm ngành nghề liên quan đến chiến đấu, hoặc cách nghiệp vụ liên quan đến sự di chuyển có thường trực đối mặt với nguy hiểm như hoa tiêu, hướng dẫn lữ khách, tài xế xe, thậm chí là cướp biển, hay bảo tiêu.

Lịch Sử: Đường này mang mang ít nhiều ý nghĩa lịch sử khi đường này nằm ngay vị trí bàn tay gá vào thanh chắn kiếm của các hiệp sĩ, những người thường xuyên đi viễn chinh. Nhà tiên tri Paul Christian không sai khi gáng cho phân cung này ý nghĩa "sự bướng bỉnh, bạo lực, ma quỷ và khuynh hướng nguy hiểm", các tính chất rất đặc trưng của binh nghiệp và bảo tiêu. Nhà huyền học Mc.G.Mathers gọi phân cung này là "áp bức, đàn áp", có lẽ hợp lý ở mặt nào đó của đường này khi nói về những ngành nghề liên quan tới cái ác như cướp biển. Khi suy biến ở gò Mộc Tinh, nó đơn thuần ám chỉ người hay di chuyển xa, hoặc hay du lịch. Còn khi suy biến ở gò Thổ Tinh, ý nghĩa của nó trùng khớp với đường Flugmois (Nhẫn Mộc Tinh, Ring of Solomon, Mã Số 35).

Nhầm Lẫn: đường này hầu như không lầm lẫn. Nhưng chúng ta có thể nhầm nó khi bị suy biến với các đường Flugmois (Nhẫn Mộc Tinh, Ring of Solomon, Mã Số 35) và Zachor (Bá Quyền Đạo, Mã Số 14).

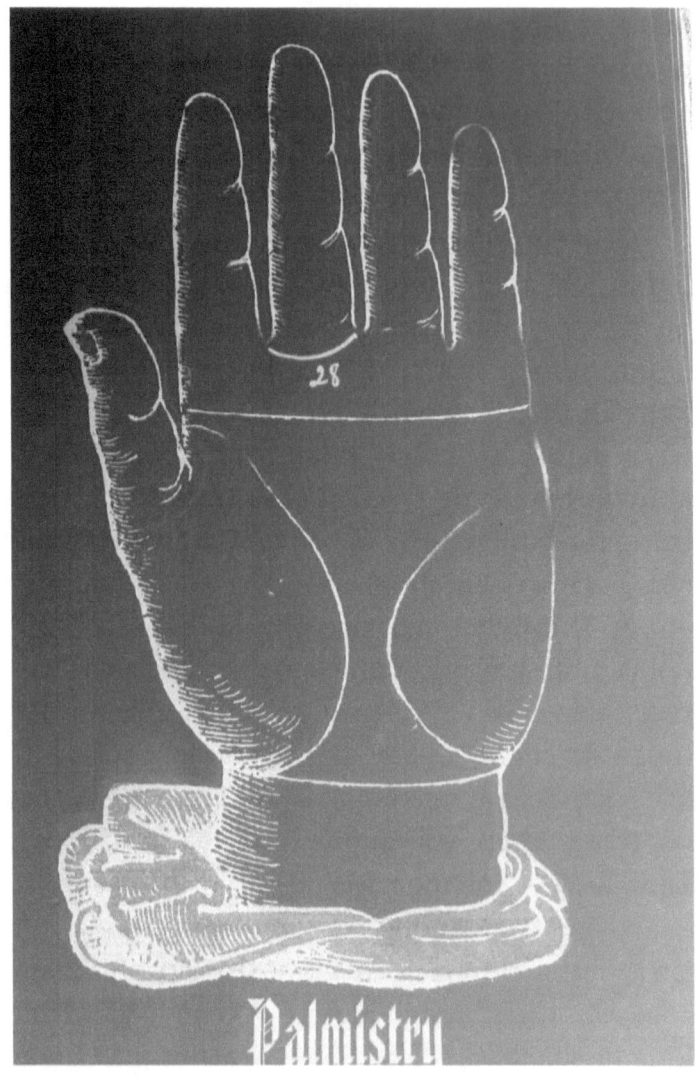

ĐƯỜNG CHỈ TAY SỐ 28: RENPSOIS

Tên Chính Thức: Renpsois (tiếng Latin).

Tên Khác: Bague de Saturn (tiếng Pháp), Ring of Saturn (tiếng Anh), Nhẫn Thổ Tinh, Trung Chỉ Đạo (tiếng Việt).

Mã Số: (28)

Vị Trí: Đường vòng quanh ngón giữa (Trung Chỉ) ở gò Thổ Tinh (Mount of Saturn, Mã Số), chú ý không phải là đường ngắn tay. Đường này định nghĩa đi từ gò Thổ Tinh đến chính nó, tương ứng Phân Cung (Decans) thứ 28, ứng với Mộc Tinh trong Ma Kết (Jupiter in Capricorn). Đường này khi suy biến thành một đường nhỏ từ khe ngón giữa và ngón trỏ, có thể gây nhầm lẫn với các đường Zaloias (Kim Tinh Biên hay Girdle Of Venus, Mã Số 13), đường Luxois (Thiên Tài Đạo, Mã Số 32). Đường Zaloias dài hơn Renpsois chỉ vài phân, đi từ gò Thổ Tinh đến gò Thái Dương. Đường Luxois thì dài hơn rất nhiều so với đường Renpsois (trừ khi bị suy biến) vì kéo dài đến hết rìa bàn tay, đến tận gò Thủy Tinh. Còn nếu suy biến ở gò Thổ Tinh thì đường này chỉ còn một đường nhỏ ở khe ngón giữa và ngón áp út. Khi suy biến ở gò Thổ Tinh, đường này rất dễ lầm với đường Renethis (Binh Nghiệp Đạo, Mã Số 27). Đường này cùng đường Renethis (Binh Nghiệp Đạo, Mã Số 27) là đường khắc sinh, có đường này không có đường kia. Đường Renpsois được coi là đường hạ đạo, còn Renethis là thượng đạo, nên đường này được giải nghĩa theo vị trí của đường Renethis, tức là sự liên kết của gò Mộc Tinh và gò Thổ Tinh.

Ý Nghĩa: Mộc Tinh trong Ma Kết (Jupiter in Capricorn) được định nghĩa là Religion of Kingdom, hàm ý là người giữ sự trong sáng và tâm linh. Ma Kết thuộc về Thổ Tinh. Mộc Tinh đại diện cho sự sự gương mẫu hay cao quý, trong khi Ma Kết đại diện cho cộng đồng hay quốc gia. Ý nghĩa của đường này khá mờ hồ, nó đại diện cho những người thuần khiết, hay chân chính của cộng đồng. Nếu bị suy biến ở Thổ Tinh, đường này sẽ chỉ về người có cuộc sống phúc lành, được mọi người kính nể do bớt đi yếu tố nhạy cảm nội tâm hay nỗi buồn và dằn vặt gây ra bởi năng lượng Thổ Tinh. Nhưng nếu bị suy biến ở Mộc Tinh, đường này sẽ bị ảnh hưởng mạnh bởi Thổ Tinh, do đó sẽ chỉ về người luôn bị dằn vặt bởi lương tâm, luôn bị lo sợ sẽ mất lương tri vì vậy trở nên cô độc và dè dặt. Vì vậy đa số những người này có cuộc sống nghèo túng, khó khăn và khó thành công trong đời sống.

Lịch Sử: Nhà chưởng thủ tướng học Chiero phóng đại đường này ở khía cạnh tiêu cực khi suy biến ở Mộc Tinh, ông nói "tôi chưa thấy một người nào có dấu hiệu này mà thành công, hoặc hoàn thành được điều gì đó trong kế hoạch" ("I have never been able to come across any person with this mark who succeeded in life or was able to carry any one of his plans to a successful termination"), "đây là đường kém may mắn nhất" (" It is the most unfortunate mark ever to find."). Ông lý giải về tính cách của người này "bị tách đứt khỏi cộng đồng một cách kỳ lạ", "đơn độc, cô lẻ", "ảm đạm, bệnh hoạn", ... ("These people seem cut off from their fellow beings in some peculiar and extraordinary way","isolated and alone,","gloomy, morbid","suffering, poverty, or by some sinister tragedy or fatality"). Phân cung này được nhà tiên tri Paul Christian đánh giá là "vận tốt và xấu xen kẽ nhau", trong khi nhà huyền học Mc.G.Mathers đánh giá là "biến đổi điều hòa", có lẽ do tính sóng đôi của đường này: một mặt rất tốt (thuần khiết, chân chính của cộng đồng), một mặt lại rất xấu (cô độc, quái dị, nghèo khó).

Nhầm Lẫn: Thường lầm với đường Zaloias (Kim Tinh Biên hay Girdle Of Venus, Mã Số 13), đường Luxois (Hôn Nhân Đạo, Mã Số 32), Renethis (Binh Nghiệp Đạo, Mã Số 27). Như đã nói ở trên Renethis là đường khắc sinh cùng với Renpsois, nên hai đường này rất thường khi bị nhầm lẫn nhau.

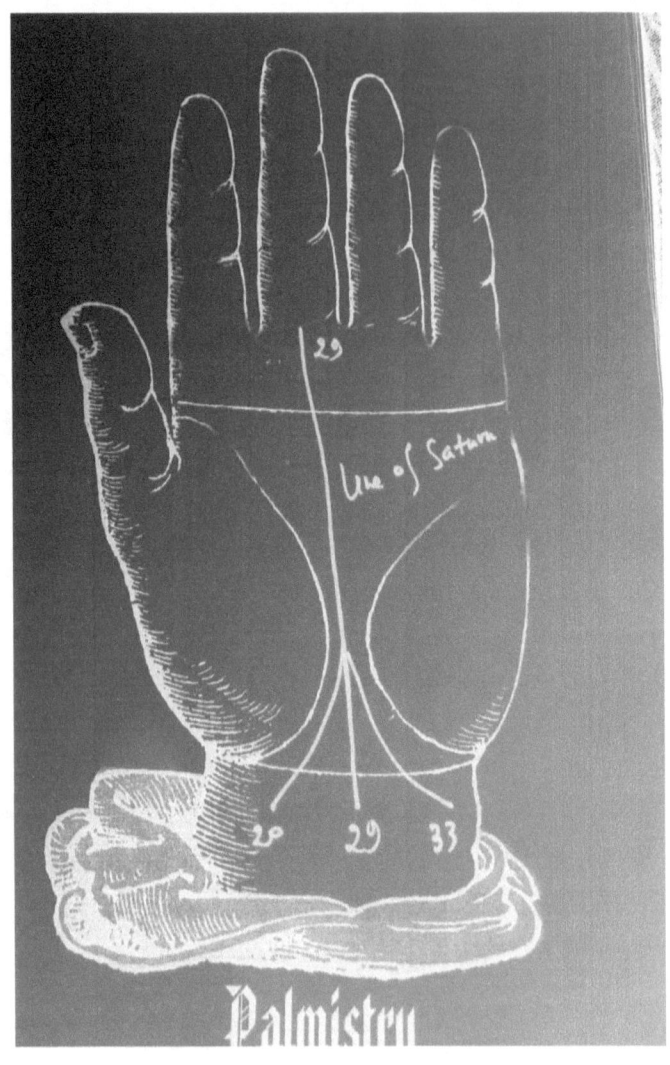

ĐƯỜNG CHỈ TAY SỐ 29: MANETHOIS

Tên Chính Thức: Manethois (tiếng Latin).

Tên Khác: Ligne de Saturn, Ligne du Destin, Ligne du Foye Satunienne (tiếng Pháp), Line of Destiny, Line of Fate, Line of Saturn (tiếng Anh), Linea Satunina (tiếng Latin), Thổ Tinh Đạo, Định Mệnh Đạo, Thiên Cơ Đạo (tiếng Việt).

Mã Số: (29)

Vị Trí: Đường Manethois đi từ gò Thổ Tinh đi thẳng xuống cốc Địa Tinh, ứng với phân cung (Decans) thứ 29, là Hỏa Tinh Tinh trong Ma Kết (Hỏa Tinh in Capricorn). Đường Manethois là trùng sinh của đường Erchmubris (Hào Phú Đạo, Mã Số 6) đi từ gò Thổ Tinh qua gò Hỏa Tinh. Hai đường này thường xuất hiện với nhau trên bàn tay. Erchmubris là huynh đạo, còn Manethois là đệ đạo, nên Manethois được luận giải theo đường Erchmubris, tức là sự kết hợp của Thổ Tinh và Hỏa Tinh. Đường Manethois rất phức tạp, có nhiều biến thể đa dạng, nằm trong cụm các đường thuộc về đường Thổ Tinh Đạo (Định Mệnh Đạo, hoặc Line Of Destiny, Line of Saturn). Trong thuật xem chỉ tay, đường Thổ Tinh Đạo là đường khá hỗn tạp, không có chỉ dẫn đủ rõ ràng, thường là tùy vào quan niệm của người viết sách. Bao gồm các đường Manethois (Thiên Cơ Đạo, Mã Số 29), Chusthisis (Nhân Cơ Đạo, Mã Số 20), Crauxes (Địa

Cơ Đạo, Mã Số 33). Ba đường này đều là đường khắc sinh với nhau, tức là nếu có đường này thì đường kia sẽ không tồn tại. Nếu đường này từ gò Thổ Tinh lệch về gò Thái Âm thì trở thành đường Crauxes, còn nếu từ gò Thổ Tinh lệch về gò Kim Tinh thì trở thành đường Chusthisis. Đường này có một điểm đặc biệt, luôn xuất hiện ở dạng suy biến thành một đường cụt, thẳng từ gò Thổ Tinh hướng về cổ tay, không lệch về bên nào, dài chừng hai đốt ngón tay. Đôi khi cũng gặp đường này suy biến ở cả gò Thổ Tinh nhưng vẫn cố kéo dài được gần đến vị trí giao giữa gò Kim Tinh và Thái Âm. Đường này mặc dù định nghĩa là từ gò Thổ Tinh đến cốc Địa Tinh, nhưng nó chưa bao giờ chạm được đến ngã ba gò Thái Âm, gò Kim Tinh và cốc Địa Tinh. Đường này cận sát đường Nhật Tinh Đạo (Line of Apollo) nên vẫn thường bị các nhà chưởng thủ tướng học khác gán qua lại với nhau. Vì vậy, có thể nhiều sách nhận định đường này thành ba đường của Thái Dương Đạo: Turmantis (Chính Mệnh Đạo, Mã Số 23), Azuel (Đồng Mệnh Đạo, Mã Số 9), Michulais (Khổ Mệnh Đạo, Mã Số 18). Thực ra chỉ cần chú ý đến vị trí mà đỉnh của đường này hướng đến là gò Thái Dương hay gò Thổ Tinh là có thể xác định chính xác.

Ý Nghĩa: Hỏa Tinh Tinh trong Ma Kết (Hỏa Tinh in Capricorn) được định nghĩa như là Vitality of Kingdom. Nó là sự kết hợp của Hỏa Tinh mang ý nghĩa là sự sinh tồn, hoạt động; còn Ma Kết ám chỉ vấn đề quốc gia và xã hội. Ma Kết thuộc Thổ Tinh. Nó ám chỉ sự ủng hộ của xã hội của quốc gia cho hoạt động của đối tượng. Đây là một trong ba yếu tố cấu thành của sự định mệnh trong dự đoán chỉ tay: Thiên Cơ (sự hậu thuẫn của xã hội), Gia Cơ (sự hậu thuẫn của gia đình, hôn phối), Thất Cơ (sự hậu thuẫn của bằng hữu). Vì thường xuất hiện ở thể dạng suy biến ở cốc Địa Tinh (tức là đồng thời suy biến ở Hỏa Tinh), trở thành một đường cụt từ gò Thổ Tinh kéo dài đến giữa bàn tay, bị yếu tố thống trị và mạnh mẽ của Thổ Tinh lấn át, đường này ám chỉ một con người của xã hội, luôn năng nổ và tham gia vào các hoạt động của quốc gia, có tác động tới quốc gia và xã hội. Người này thường có cuộc sống vĩ đại, tác động sâu sắc đến thế hệ của người đó. Đúng với ý nghĩa "sự sống còn của quốc gia" (Vitality of Kingdom). Chú ý là người này có thiên hướng lý tưởng hóa, hơn thực tế hóa. Khác với sự thành công về công danh sự nghiệp của đường Thái Dương Đạo (Line of Sun), người thành công ở đường này chỉ mang tính lý thuyết và gợi hứng. Họ sẽ không phải là thủ tướng, tổng thống, thậm chí chẳng phải là một nghị sĩ. Họ giống nhà hoạt động xã hội công ích nhiều hơn, phần lớn nỗ lực của họ là vô ích về mặt hiện thực, nhưng lý tưởng của họ có thể gây cảm hứng cho người khác. Đặc điểm này là do tính chất "trí tuệ về tâm hồn hay nỗi buồn triết học" do Thổ Tinh gây ra, thay vì "sự tỏa sáng, phát triển có tính hiện thực" do Thái Dương gây ra. Đây cũng là sự khác biệt lớn nhất của các đường Thổ Tinh với các đường Thái Dương, khi cùng chỉ về sự thành đạt trong đời sống. Trường hợp đặc biệt, khi đường này đã suy biến hoàn toàn ở gò Thổ Tinh, nhưng cố kéo dài đến giao điểm giữa gò Thái Âm và gò Kim Tinh (chưa qua được ngã ba giữa 2 gò này và cốc Địa Tinh), đường này ám chỉ một lý tưởng thái quá, dẫn đến sự điên rồ và bệnh hoạn.

Lịch Sử: Đường này giống với đường Nhật Tinh Đạo (Line of Sun), hay bị lầm lẫn và có nhiều biến thể. Nhà tiên tri Paul Christian cho cung này là "trí tuệ ứng dụng vô ích vào một tổ chức vô dụng", có thể lý giải ảnh hưởng của Thổ Tinh lên đường này. Mặc dù vậy, Mc.G.Mathers gáng cho cung này "công việc cơ sở" có tính chất tích cực về kết quả của công việc. Nhà chưởng thủ tướng học Chiero mô tả đường này khi bị ảnh hưởng quá nhiều bởi gò Thổ Tinh : "nếu đường Định Mệnh Đạo chạy quá gò Thổ Tinh, leo lên tận ngắn của đốt ngón tay, thì đây là báo hiệu xấu, mọi mối quan tâm của người này sẽ đều vượt kiểm soát, và anh ta gần như không biết vì sao và phải làm sao để dừng lại ..." (nguyên văn "If a Line of Fate run over the Mount of Saturn and up into the base of the finger, it is an unfortunate sign, as everything the subject undertakes will get out of his control, and he will not apparently know how or when to stop in whatever he takes up."). Dấu hiệu này trùng khớp với trường hợp lý luận của đường này khi nói về tính lý tưởng triết học thiếu thực tế của Thổ Tinh. Trường hợp đặc biệt, khi suy biến hoàn toàn ở gò Thổ Tinh và kéo dài được gần đến vị trí ngã ba, Chiero nói rằng sự nghiệp của người này sẽ bị phá hỏng hoàn toàn, do sự điên rồ và tâm thần của đối tượng.

Nhầm Lẫn: Lầm lẫn với các đường khác thuộc chùm Thổ Tinh Đạo (Line of Saturn) : Chusthisis (Nhân Cơ Đạo, Mã Số 20), Crauxes (Địa Cơ Đạo, Mã Số 33). Ngoài ra, nếu chú ý kém, còn có thể lầm lẫn với các đường của Thái Dương Đạo: Turmantis (Chính Mệnh Đạo, Mã Số 23), Azuel (Đồng Mệnh Đạo, Mã Số 9), Michulais (Khổ Mệnh Đạo, Mã Số 18).

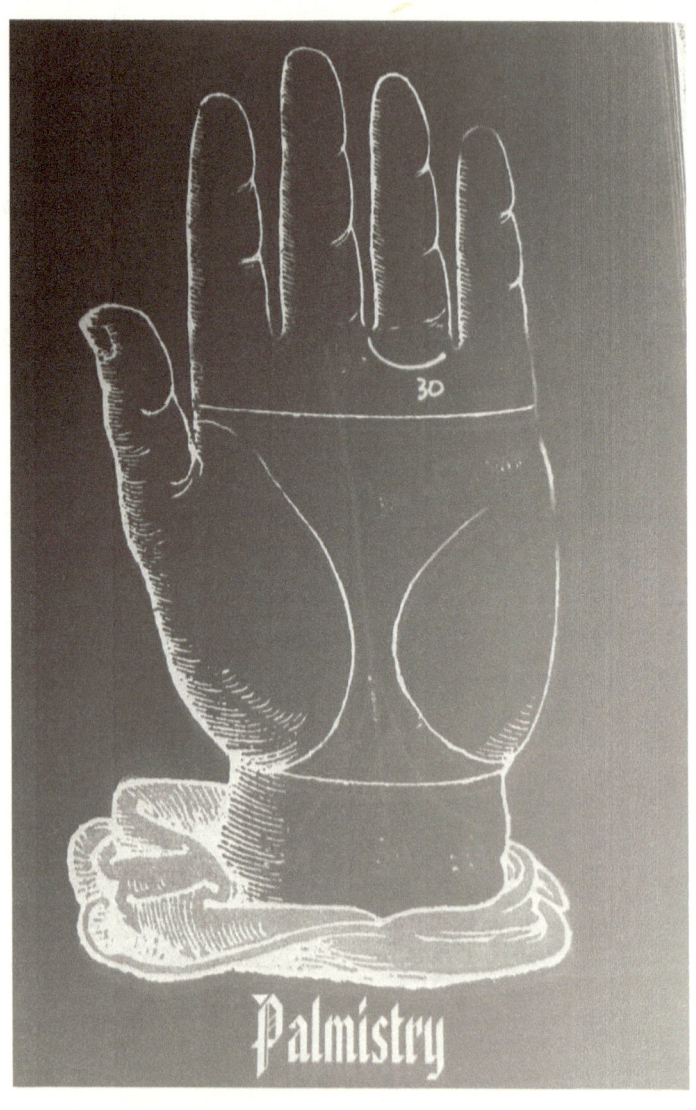

ĐƯỜNG CHỈ TAY SỐ 30: MARCOIS

Tên Chính Thức: Marcois (tiếng Latin).

Tên Khác: Bague de'Apollo, Bague du Soleil (tiếng Pháp), Ring of Sun, Ring of Apollo (tiếng Anh), Nhẫn Nhật Tinh Tinh, Hoàn Chỉ Đạo (tiếng Việt).

Mã Số: (30)

Vị Trí: Đường vòng quanh ngón áp út (Hoàn Chỉ) ở gò Thái Dương (Mount of Apollo), chú ý không phải là đường ngắn tay. Đường này định nghĩa đi từ gò Thái Dương đến chính nó, tương ứng Phân Cung (Decans) thứ 30, ứng với Thái Dương trong Ma Kết (Sun in Capricorn). Đường này là đường khắc sinh với đường Zaloias (Kim Tinh Biên, hay Girdle of Venus, Mã Số 13) nên được luận giải dựa trên đường này, là sự kết hợp của gò Thổ Tinh và gò Thái Dương. Đường này khi suy biến ở gò Thái Dương, thành một đường nhỏ từ khe ngón giữa và ngón áp út, có thể gây nhầm lẫn với các đường Zamendres (Tật Bệnh Đạo, Mã Số 16), đường Erchmubris (Hào Phú Đạo, Mã Số 6). Đường Zamendres dài hơn Renpsois chỉ vài phân, đi từ gò Thái Dương đến gò Thủy Tinh, tận rìa bàn tay. Đường Erchmubristhì dài hơn rất nhiều so với đường Renpsois (trừ khi bị suy biến) vì kéo dài đến hết rìa bàn tay, đến tận gò Hỏa Tinh, thấp hơn vị trí của Marcois đến nửa bàn tay.

Còn nếu suy biến ở gò Thổ Tinh thì đường này chỉ còn một đường nhỏ ở khe ngón út và ngón áp út. Khi suy biến ở gò Thổ Tinh, đường này rất dễ lầm với đường Zachor (Bá Quyền Đạo, Mã Số 14).

Ý Nghĩa: Thái Dương trong Ma Kết (Sun in Capricorn) được định nghĩa là Artistry of Kingdom, hàm ý là vua của vương quốc, lãnh đạo của quốc gia. Ma Kết thuộc về Thổ Tinh. Thái Dương đại diện cho sự điều hành và quản trị, trong khi Ma Kết đại diện cho cộng đồng hay quốc gia. Ý nghĩa của đường này người đứng đầu tổ chức, đứng đầu thể chế hoặc đứng đầu một cộng đồng, nói theo ngày xưa là vương quyền. Nếu bị suy biến ở Thổ Tinh, đường này sẽ chỉ về người đứng đằng sau quyền lực, là người ở sau hậu trường nhưng có tầm vóc quyết định. Nhưng nếu bị suy biến ở Thái Dương, thiếu đi yếu tố lãnh đạo, đường này chỉ ám chỉ những người có danh nhưng không có thực quyền, chỉ có hư danh hoặc chỉ có danh nghĩa biểu trưng. Mặc dù vậy, cả hai đường suy biến này đều là những người thành đạt và nổi tiếng, do được phát sinh dưới gò Thái Dương.

Lịch Sử: Đường này hiếm khi được nhắc đến trong các sách cổ điển, do được ghép chung với đường khắc sinh của nó là đường Zaloias (Kim Tinh Biên, hay Girdle of Venus, Mã Số 13). Thực ra về ý nghĩa, đường này khác tương đối nhiều. Nhà chưởng thủ tướng học Chiero coi đường Zaloias là đường của nhục dục, đúng với tính chất của Kim Tinh. Trong khi giải luận của nhà tiên tri Paul Christian và nhà huyền học Mc.G.Mathers có vẻ gần hơn với nghĩa của đường này: Christian gáng "đa nghi, cáu kỉnh và yếu đuối", trong khi Mathers gáng "quyền lực trần thế" cho phân cung. Cả hai luận giải này đều có vẻ đúng ở cả hai trường hợp suy biến của đường.

Nhầm Lẫn: Thường lầm với đường khắc sinh của nó là Zaloias (Kim Tinh Biên hay Girdle Of Venus, Mã Số 13). Ngoài ra nếu bị suy biến, có thể lầm với đường Zamendres (Tật Bệnh Đạo, Mã Số 16), đường Erchmubris (Hào Phú Đạo, Mã Số 6), Zachor (Bá Quyền Đạo, Mã Số 14).

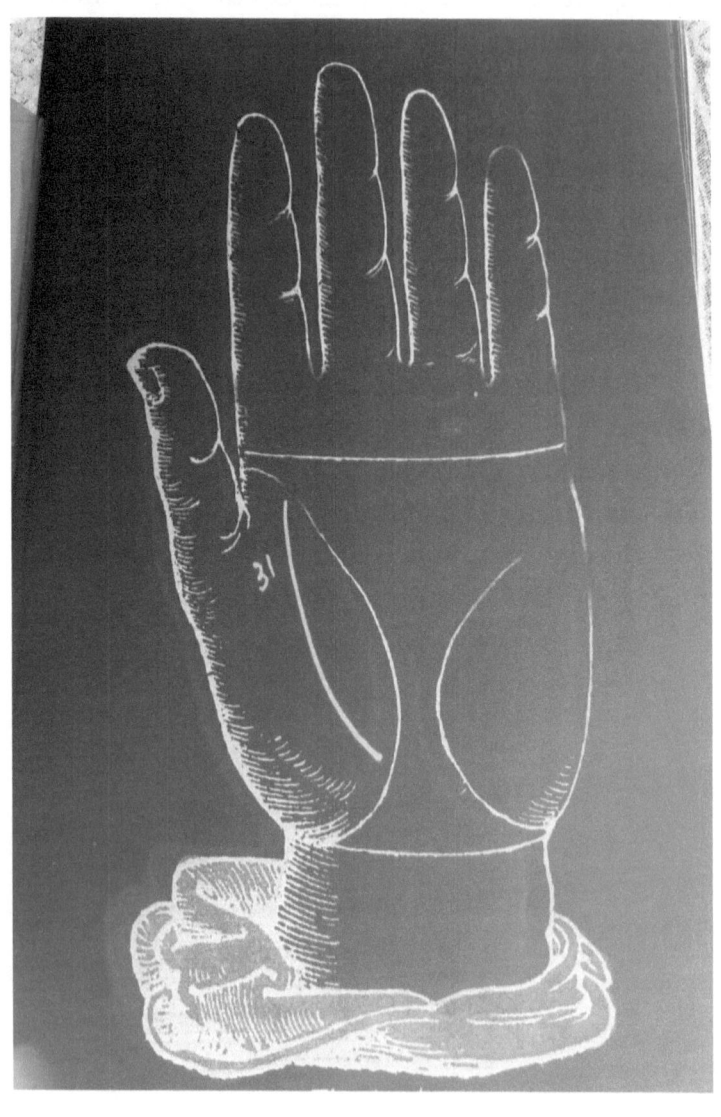

ĐƯỜNG CHỈ TAY SỐ 31: ULARIS

Tên Chính Thức: Ularis (tiếng Latin).

Tên Khác: Ligne de Mars, Soeur de la Ligne de Vie (tiếng Pháp), Line of Mars (tiếng Anh), Linea Martis (tiếng Latin), Hỏa Tinh Đạo, Nội Tâm Đạo, Thân Hữu Đạo (tiếng Việt).

Mã Số: (31)

Vị Trí: Một đường cung hoặc đường thẳng, vây quanh ngón cái, thường song song nhưng úp ngược chiều với đường Line Of Life (Sinh Đạo), chọc từ đáy dưới của gò Kim Tinh (gần ngã ba gò Kim Tinh, gò Thái Âm và cốc Địa Tinh) thẳng đến khe giữa ngón cái và ngón trỏ. Đường này định nghĩa đi từ cốc Địa Tinh đến gò Kim Tinh tương ứng với vị trí Phân Cung (Decan) số 31, tức là Kim Tinh trong Bảo Bình (Venus in Aquarius), Kim Tinh có chủ tinh là Thổ Tinh. Đường này và đường Chusthisis (Gia Cơ Đạo, Mã Số 20) là hai đường đồng sinh. Đường Chusthisis là thượng đạo, đường Ularis là hạ đạo, nên Ularis luận giải theo vị trí của đường Chusthisis là từ gò Thổ Tinh đến gò Kim Tinh. Đường này thường phức tạp, khá mờ xen nằm ngay trên gò Kim Tinh, nên bị các đường khung ray (Grid of Mount of Venus) làm cho lộn xộn, gây lầm lẫn với đường Clinothois (Hỏa Tinh Đạo, Mã Số 25) là những đường bán cung, xoay quanh ngón cái. Thực ra để nhận ra đường này không khó: Clinothois nằm song song và cùng chiều úp với đường Line of Life, trong khi Ularis cũng nằm song song và ngược chiều úp với đường Line of Life. Cặp đường Ularis và Clinothois thường được gọi là Line of Mars (Hỏa Tinh Đạo)- tùy sách, một số chỉ công nhận Clinothois, như nhà chưởng thủ tướng học Belhams. Truyền thống Anh (Chiero, Belhams), vẫn coi vị trí khe giữa ngón cái và ngón trỏ là gò Hỏa Tinh Dương (bàn tay gồm hai gò Hỏa Tinh, gồm gò Hỏa Tinh Dương và gò Hỏa Tinh Âm; gò Hỏa Tinh Âm là gò Hỏa Tinh hiện tại) từ đó xuất phát tên của đường này là đường Hỏa Tinh. Truyền thống cổ, coi khu vực Hỏa Tinh Dương là sườn Phồn Thịnh (tiếng Latin: Ram Prosperititis), tôi theo thuyết này, mặc dù vẫn bảo lưu tên đường Hỏa Tinh (Line of Mars) đã được sử dụng nhiều trong giới chưởng thủ tướng học. Đường này khá mờ, nên không có suy biến, nếu có cũng khó mà nhận ra được.

Ý Nghĩa: Kim Tinh trong Bảo Bình (Venus in Aquarius) định nghĩa là Passion of Friendship. Phân cung này là sự kết hợp của Kim Tinh với ý nghĩa về sự đam mê; và cung Bảo Bình với ý nghĩa về Tình Bạn. Đường này thường ám chỉ những người thích sống tập thể, trong môi trường quân đội, hoặc môi trường có nhiều người cùng chiến đấu và sống chết cùng nhau. Đường này cũng ám chỉ những người coi trọng tình bạn, thủy chung và cả tình yêu thủy chung. Đường này thường bị coi đường không thành công, do quá chú trọng cảm xúc (do nằm trọn trong gò Kim Tinh) mà không có tính thực tế. Thường hay nhìn nhầm người, nhận sai bạn, và hay gặp phải phường phản phúc. Đường này hầu hết bị coi là xấu.

Lịch Sử: Đường này hiếm khi được nói tới. Nếu được nói tới, nó hầu như bị lầm lẫn với Clinothois dưới tên gọi Line of Mars. Cuốn cổ nhất tôi có được về đường này là cuốn "La Chiromantie iniverselle representee en plusieurs centaines de figures" bằng tiếng Pháp cổ, của một tác giả khuyết danh vào thế kỷ 17 (1682). Trong đó, đường này gọi là "soeur de la ligne de vie" (tôi căn cứ theo bản vẽ cổ của Jean Belot để đặt tên cho đường này, và truy lục đường này trong thư viện). Một số nghĩa tôi tìm thấy trong cuốn này: "nghèo nàn, yếu đuối, trơ trẽn, nhiều đau khổ". Định nghĩa này đường như phù hợp với định nghĩa phân cung mà nhà tiên tri Paul Christian và nhà huyền học Mc.G.Mathers đưa ra: "cuộc sống đầy lo âu, tiền bạc lưng chừng" (Paul), "thất bại" (Mathers). Nhà chưởng thú tướng học Chiero cũng như Benhams và các nhà nghiên cứu khối Anh, không công nhận đường này.

Nhầm Lẫn: dễ lầm lẫn với đường Clinothois (Hỏa Tinh Đạo, Mã Số 25)

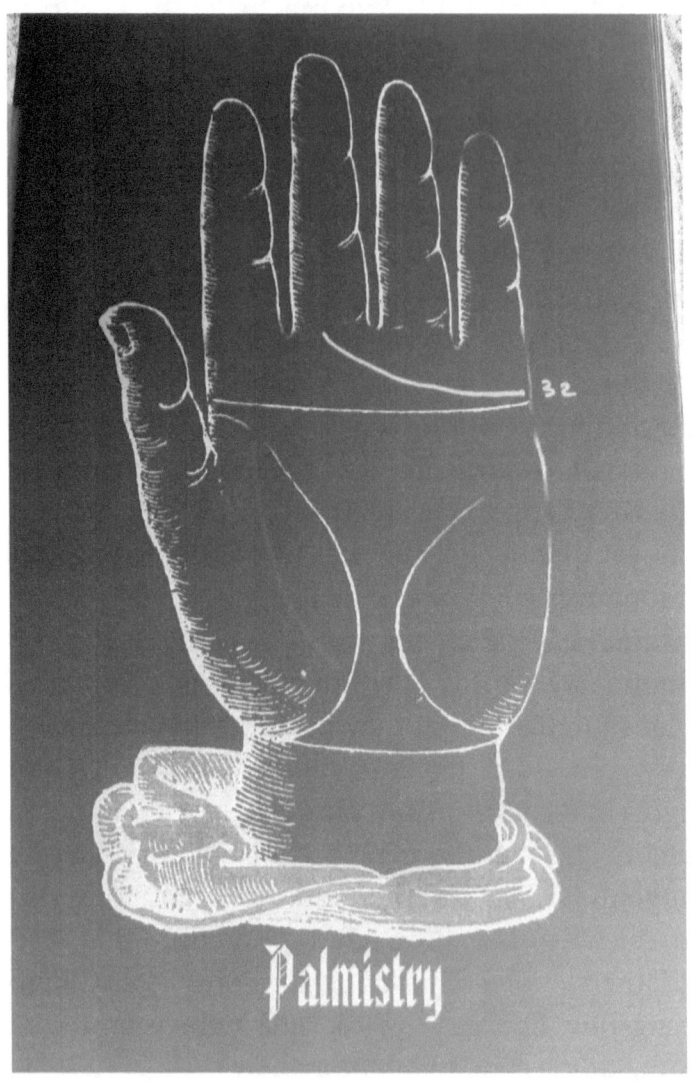

ĐƯỜNG CHỈ TAY SỐ 32: LUOIS

Tên Chính Thức: Luxois (tiếng Latin).

Tên Khác: Ligne des Géants (tiếng Pháp), Ring of Giants (tiếng Anh), Thiên Tài Đạo (tiếng Việt).

Mã Số: (32)

Vị Trí: đường đi từ gò Thổ Tinh đến gò Thủy Tinh, tương ứng phân cung (decan) thứ 32 là Thủy Tinh trong Bảo Bình (Mercury in Aquarius). Đường này có thể suy biến ở cả hai hướng. Nếu suy biến ở gò Thổ Tinh (tức là vị trí ở gò Thổ Tinh mờ nhạt hay mất hẳn), đường này có thể lầm với đường Zamendres (Hôn Nhân Đạo, Mã Số 16) đi từ gò Thái Dương đến gò Thủy Tinh. Nếu bị suy biến ở gò Thủy Tinh, đường này có thể bị nhầm với đường Zaloias (Kim Tinh Biên, Girdle of Venus, Mã Số 13) đi từ gò Thổ Tinh đến gò Thái Dương. Đường này là Thứ Đạo, có thể hoặc không xuất hiện trên bàn tay. Đường này, đặc biệt hiếm, thường nay nối với đường Zaloias, vốn đặc biệt xấu.

Ý Nghĩa: Thủy Tinh trong Bảo Bình (Mercury in Aquarius) được định nghĩa là Communication of Friendship, hàm ý là những thương thuyết hay thỏa thuận, hoặc những người có tài thuyết phục người khác. Bảo Bình thuộc về Thổ Tinh. Thủy Tinh đại diện cho sự trao đổi, khôn ngoan và thương thuyết, trong khi Bảo Bình đại diện cho tình bạn hay đối tác. Ý nghĩa của đường này người có khả năng đứng ra dàn xếp, trao đổi và thương thuyết hoặc ám chỉ các thương vụ (Thủy Tinh còn đại diện cho thương mại). Nếu bị suy biến ở Thủy Tinh (thiếu đi yếu tố thương thuyết), đường này sẽ chỉ về đối tác hoặc đồng nghiệp nói chung (và các mối quan hệ đối tác/đồng nghiệp). Nhưng nếu bị suy biến ở Thổ Tinh (thiếu đi yếu tố tình bạn), đường này biểu trưng cho kẻ khôn vặt, có tài ăn nói, nhưng hành động nói chung vì tiền.

Lịch Sử: Đường này hiếm khi được nhắc đến trong các sách cổ điển, do được ghép chung với đường Zaloias (Kim Tinh Biên, hay Girdle of Venus, Mã Số 13). Nhà tiên tri Paul Christian định nghĩa phân cung của đường này là "biết cách cư xử, đạo đức", có lẽ giống với ý nghĩa của đường này khi bị tác động bởi gò Thủy Tinh. Nhà huyền học Mc.G.Mathers gọi phân cung này là "biết cách kiếm tiền", giống với nghĩa của đường này khi bị suy biến ở Thổ Tinh. Nhà chưởng thủ học Chiero gọi đường này là một biến thể của đường Zaloias (Kim Tinh Biên, Mã Số 13) với ý nghĩa là "tư tưởng bệnh hoạn và không lành mạnh" và "nguy hiểm và quá năng động". Nhà chưởng thủ học Jean Belot gọi nhóm đường này (xuất phát từ gò Thủy Tinh, rìa mép bàn tay) là đường Dị Giáo Đạo (Ligne de Hérésie), có lẽ ít liên quan đến quan niệm hiện tại. Nói chung, các nhà chưởng thủ tướng học cổ điển luận giải không khác biệt nhiều với cách luận giải của tôi.

Nhầm Lẫn: Đường này nếu bị suy biến sẽ dễ lầm với đường Zaloias (Kim Tinh Biên hay Girdle Of Venus, Mã Số 13) và đường Zamendres (Hôn Nhân Đạo, Mã Số 16). Khó lầm hơn, nhưng đường Erchmubris (Hào Phú Đạo, Mã Số 6) cũng gần đó nhưng xuống tận gò Hỏa Tinh, chứ không phải ở gò Thủy Tinh.

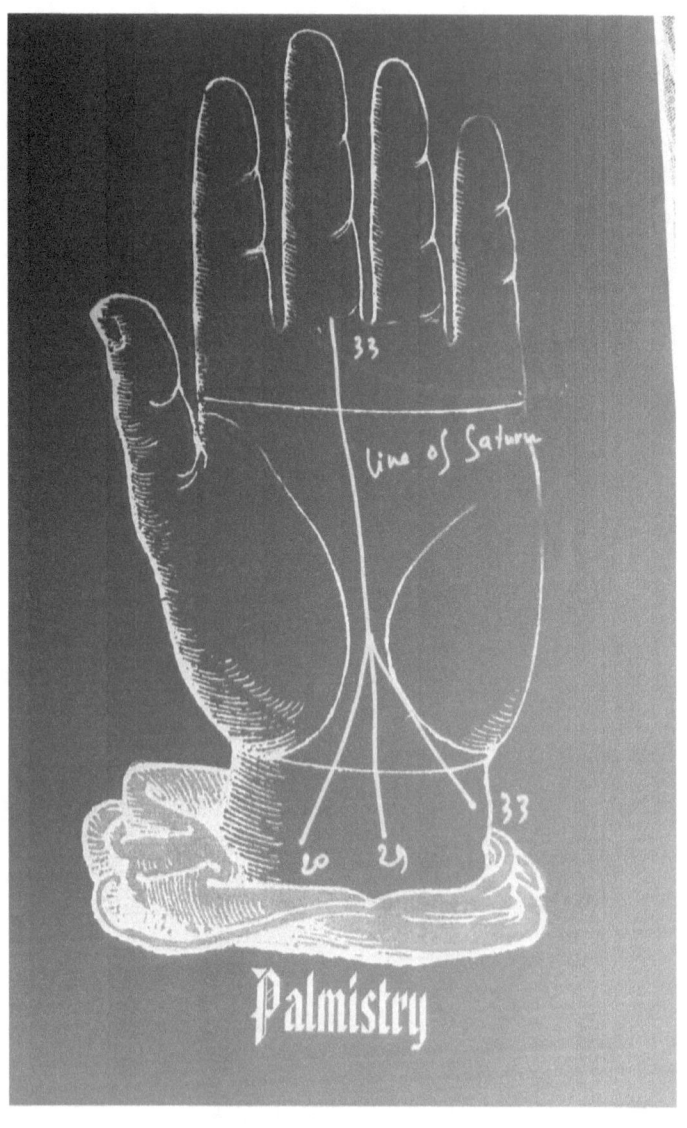

ĐƯỜNG CHỈ TAY SỐ 33: CRAUXES

Tên Chính Thức: Crauxes (tiếng Latin).

Tên Khác: Ligne de Saturn, Ligne du Destin, Ligne du Foye Satunienne (tiếng Pháp), Line of Destiny, Line of Fate, Line of Saturn (tiếng Anh), Linea Satunina (tiếng Latin), Thổ Tinh Đạo, Định Mệnh Đạo, Địa Cơ Đạo (tiếng Việt).

Mã Số: (33)

Vị Trí: Đường Crauxes đi từ gò Thổ Tinh đi lệch xuống đáy của gò Thái Âm, ứng với phân cung (Decans) thứ 33, là Thái Âm trong Bảo Bình (Moon in Aquarius). Đây là có nhiều biến thể đa dạng, nằm trong cụm các đường thuộc về đường Thổ Tinh Đạo (Định Mệnh Đạo, hoặc Line Of Destiny, Line of Saturn). Trong thuật xem chỉ tay, đường Thổ Tinh Đạo là đường khá hỗn tạp, không có chỉ dẫn đủ rõ ràng, thường là tùy vào quan niệm của người viết sách. Bao gồm các đường Manethois (Thiên Cơ Đạo, Mã Số 29), Chusthisis (Nhân Cơ Đạo, Mã Số 20), Crauxes (Địa Cơ Đạo, Mã Số 33). Ba đường này đều là đường khắc sinh với nhau, tức là nếu có đường này thì đường kia sẽ không tồn tại. Nếu đường này từ gò Thổ Tinh lệch về gò Kim Tinh thì trở thành đường Chusthisis, còn nếu từ gò Thổ Tinh đi thẳng về cốc Địa Tinh thì trở thành đường Manethois. Đường này cũng có thể suy biến thành một đường cụt, thẳng từ gò Thổ Tinh hướng về cổ tay, không lệch về bên nào (cả ba đường trên đều có suy biến này, và là cùng một đường). Hoặc suy biến thành một đường thẳng cụt, ngay giữa bàn tay, hướng về phía gò Thổ Tinh, đầu kia hướng về phía gò Thái Âm, dài chừng hai đốt ngón tay. Đôi lúc người ta vẫn thường thấy đường này chỉ đến cận sát gò Thổ Tinh chứ không kéo dài được đến ngón giữa (gò Thổ Tinh). Đường này cận sát đường Thái Dương Đạo (Line of Apollo) nên vẫn thường bị gán qua lại với nhau. Vì vậy, có thể nhiều sách nhận định đường này thành ba đường của Thái Dương Đạo: Turmantis (Chính Mệnh Đạo, Mã Số 23), Azuel (Đồng Mệnh Đạo, Mã Số 9), Michulais (Khổ Mệnh Đạo, Mã Số 18). Thực ra chỉ cần chú ý đến vị trí mà đỉnh của đường này hướng đến là gò Thái Dương hay gò Thổ Tinh là có thể xác định chính xác.

Ý Nghĩa:Thái Âm trong Bảo Bình (Moon in Aquarius) được định nghĩa như là Mysticism of Friendship. Nó là sự kết hợp của Thái Âm mang ý nghĩa là sự huyền bí; còn Bảo Bình ám chỉ vấn đề tình bạn. Bảo Bình thuộc Thổ Tinh. Nó ám chỉ sự ủng hộ của những người đồng chí hướng hoặc cùng mục đích, đồng lòng cùng hỗ trợ. Chữ Friendship ở đây không nên hiểu theo nghĩa tình bạn thân thuộc hay cấp dưới hay đồng sự, mà sự ủng hộ của những người bạn ngầm, những người ủng hộ từ xa, ủng hộ giấu mặt, đại diện cho một tầng lớp, chứ không phải một đối tượng nào. Đây là một trong ba yếu tố cấu thành của sự định mệnh trong dự đoán chỉ tay: Thiên Cơ (sự hậu thuẫn của xã hội), Nhân Cơ (sự hậu thuẫn của gia đình, hôn phối), Địa Cơ (sự hậu thuẫn của bằng hữu). Nếu suy biến ở gò Thái Âm, mất đi yếu tố tâm linh, đường này chỉ còn ám chỉ sự ủng hộ danh nghĩa, nhưng không thật tâm. Còn nếu đường này bị suy biến ở cả hai đầu, trở thành một đường ngắn giữa bàn tay, thì ám chỉ người có chí tầm tường, nhưng cuộc sống an nhàn, bình thản, cũng là một dấu hiệu tốt.

Lịch Sử: Đường này cũng hay bị nhầm lẫn, giống với trường hợp đường Nhật Tinh Đạo (Line of Sun). Cả nhà tiên tri Paul Christian, và nhà huyền học Mc.G.Mathers có cùng quan điểm khi cho cung này là "thất vọng mọi bề" và "nỗ lực không ổn định", có thể lý giải trường hợp đường này bị suy biến ở gò Thái Âm. Nhà chưởng thủ tướng học Chiero nhận định đường này: "nếu xuất phát từ gò Thái Âm [đường Crauxes], đường Định Mệnh Đạo sẽ trở nên đầy sự kiện, thay đổi, và phụ thuộc mạnh vào sự ưa thích và thiên biến của người khác [người xung quanh, người bạn cộng đồng] (nguyên văn "Rising from the Mount of the Moon, the Fate will be more eventful, changeable, and largely depending on the fancy and caprice of other people."). Trường hợp khác trong đường này, khi có đường tẻ vào gò Thái Âm, ông nói nó sẽ "tác động của những nhân tố bên ngoài cá nhân" và ông bổ trợ thêm "những người có giới tính khác với giới tính của đối tượng". Hầu như những nhà nghiên cứu cổ điển có cùng nhận định về sự dao động, thất thường và không ổn định của đường này do phụ thuộc vào đối tượng bên ngoài, nhưng không nói rõ đây là những người bạn cộng đồng như lý luận của tôi.

Nhầm Lẫn: Lầm lẫn với các đường thuộc chùm Thổ Tinh Đạo (Line of Saturn) : đường Manethois (Thiên Cơ Đạo, Mã Số 29), Chusthisis (Nhân Cơ Đạo, Mã Số 20), Crauxes (Địa Cơ Đạo, Mã Số 33). Ngoài ra, nếu chú ý kém, còn có thể lầm lẫn với các đường của Thái Dương Đạo: Turmantis (Chính Mệnh Đạo, Mã Số 23), Azuel (Đồng Mệnh Đạo, Mã Số 9), Michulais (Khổ Mệnh Đạo, Mã Số 18)

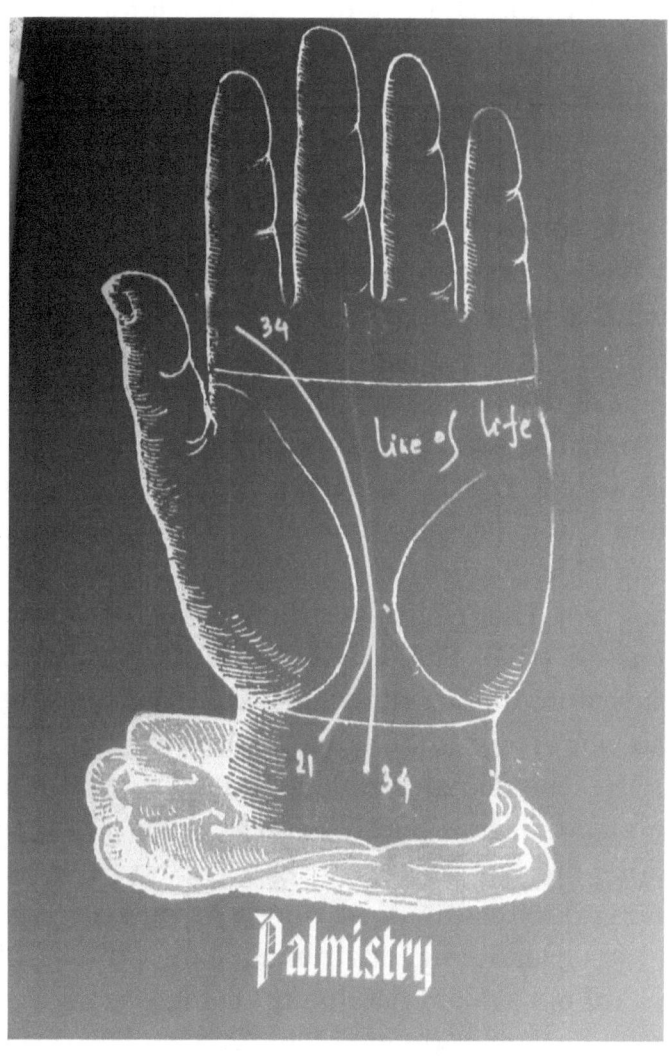

ĐƯỜNG CHỈ TAY SỐ 34: FAMBAIS

Tên Chính Thức: Fambais (tiếng Latin).

Tên Khác: Ligne de Vie, Ligne du Coeur (tiếng Pháp), Line of Life, Great Palmer Arch (tiếng Anh), Linea Vitalis (tiếng Latin), Tai Mệnh Đạo (tiếng Việt).

Mã Số: (34)

Vị Trí: Đường quan trọng trong bàn tay, bao quanh cơ ngón cái, một trong ba đường đậm nhất và cơ bản nhất của bàn tay. Đường này được định nghĩa đi từ gò Mộc Tinh đến cốc Địa Tinh, đến tận vị trí ngã ba giao nhau giữa gò Kim Tinh, gò Thái Âm và cốc Địa Tinh. Đường này được ứng với Phân Cung (Decans) thứ 34 là Thổ Tinh trong Song Ngư (Saturn in Pisces). Sở dĩ đường này gáng với Thổ Tinh là vì đường này và đường Renethis (Hiệp Sĩ Đạo, Mã Số 27) là hai đường trùng sinh, thường dính vào nhau. Fambais là hạ đạo nên luận giải theo thượng đạo Renethis, vốn từ Thổ Tinh đến Mộc Tinh. Một điển chú ý khác là đường Psamiatois (Phúc Mệnh Đạo, Mã Số 21) và đường Fambais (Tai Mệnh Đạo, Mã Số 34) là hai đường được coi thuộc về đường Mệnh Đạo (Line of Life). Hai đường này thường là một, nhưng có đôi khi bị tách làm hai đường. Trong chưởng thủ tướng học, gọi là đường Mệnh Đạo bị phân đoạn. Trường hợp bị tách thành hai đường, thì đường từ gò Mộc Tinh bị suy biến là đường Psamiatois (Phúc Mệnh Đạo, Mã Số 21), còn đường đi từ cổ tay bị suy biến là đường Fambais (Tai Mệnh Đạo, Mã Số 34). Việc phân biệt hai đường này tùy thuộc vào vị trí của đường này khi đi đến hết gò Kim Tinh, nếu nó rẽ vào gò Kim Tinh thì đó là đường Psamiatois (Gia Mệnh Đạo, Mã Số 21), nếu nó đi thẳng xuống cổ tay ở cốc Địa Tinh thì đó là đường Fambais (Tai Mệnh Đạo, Mã Số 34).

Ý Nghĩa: Thổ Tinh trong Song Ngư (Saturn in Pisces) được định nghĩa là Dominance of Prison, ám chỉ đến sự khống chế những tai nạn hoặc tai họa trong cuộc đời người. Đường Mệnh Đạo, là đường chung cuộc của đời người, vậy, thế nào mới là chung cuộc của đời người, chính là phúc mệnh của người đó, và tai mệnh của người đó. Phúc mệnh chính là phúc đức của gia đình; còn tai mệnh là những tai biến xuất hiện trong đời con người, những thứ không ai muốn, nhưng không ai tránh khỏi. Tai mệnh ám chỉ đến cả việc tù tội, kiện tụng, các việc giam giữ, tra tấn và mọi tai họa khác. Đường này không thường xuất hiện, chỉ khi nào gặp trường hợp bị suy biến hay còn gọi là trường hợp Mệnh Đạo đứt đoạn (được xem là cực xấu trong chưởng tướng học) thì đường này ứng với đường đi từ phía dưới bàn tay đi lên, trở về gò Thổ Tinh (có thể lý giải tại sao đường này mang ứng tinh của Thổ Tinh). Đường này còn ám chỉ đến những cái chết đột ngột, hoặc chết do người khác sát hại.

Lịch Sử: Đường này thường luận giải phức hợp. Nó luôn được coi là một phần của đường Line of Life (Sinh Đạo) nói chung. Do đường này chỉ hiện rõ khi bị suy biến nên ít khi được xuất hiện trong luận giải của các nhà chưởng thủ tướng học. Đáng chú ý, có chưởng đạo đồ của Jean Belot, có ghi chú vị trí khu vực bị suy biến của đường Line of Life là vị trí "assassinat" (tức là ám sát) ngay đúng vị trí của đường này.

Nhầm Lẫn: đường này hầu như không lầm lẫn. Chỉ có sự phân biệt nhất định giữa đường Psamiatois (Phúc Mệnh Đạo, Mã Số 21) và đường Fambais (Tai Mệnh Đạo, Mã Số 34) là hai đường được coi là hai đường của Mệnh Đạo (Line of Life).

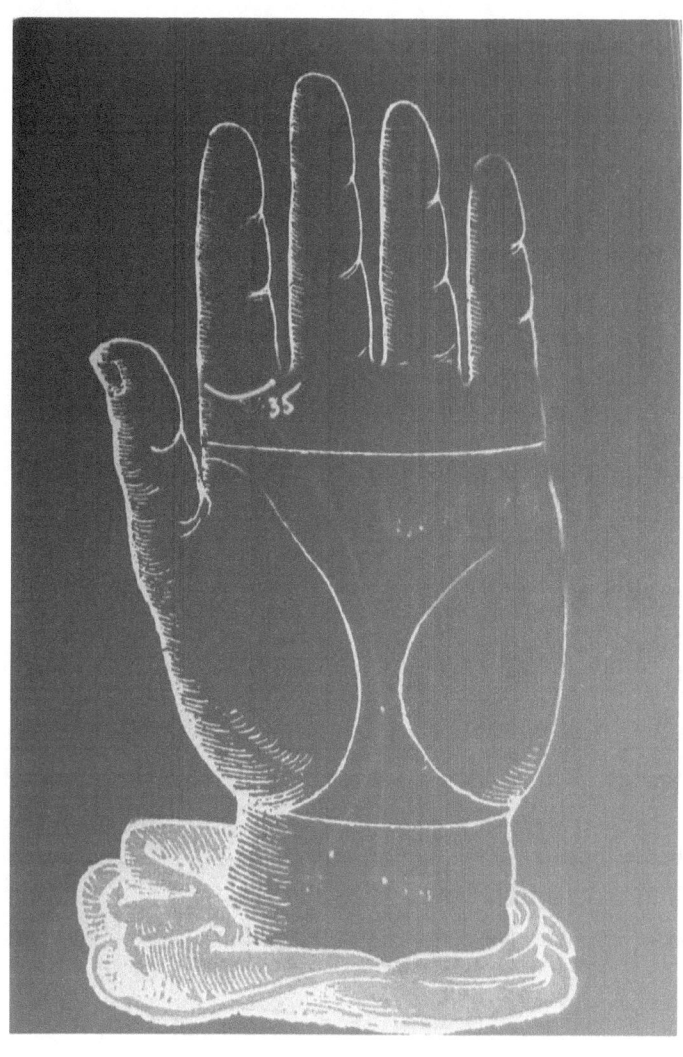

ĐƯỜNG CHỈ TAY SỐ 35: FLUGMOIS

Tên Chính Thức: Flugmois (tiếng Latin).

Tên Khác: Bague de Solomon, Bague de Jupiter (tiếng Pháp), Ring of Jupiter, Ring of Solomon (tiếng Anh), Nhẫn Mộc Tinh, Mộc Tinh Luân, Nhẫn Sô-Lô-Môn, Ma Vương Luân, Nhẫn Ngón Trỏ, Thực Chỉ Đạo, Đế Vương Đạo (tiếng Việt).

Mã Số: (35)

Vị Trí: Đường vòng quanh ngón trỏ (Thực Chỉ) ở gò Mộc Tinh (Mount of Jupiter, Mã Số), chú ý không phải là đường ngắn tay. Đường này định nghĩa đi từ gò Mộc Tinh đến chính nó, tương ứng Phân Cung (Decans) thứ 35, ứng với Mộc Tinh trong Song Ngư. Đường này khi suy biến thành một đường nhỏ từ rìa ngón trỏ, có thể gây nhầm lẫn với các đường Renethis (Quỷ Tâm Đạo, Mã Số 27) và Zachor (Bá Quyền Đạo, Mã Số 14). Đường Renethis là đường thịnh biến của Flugmois, thay vì chỉ quay quanh gò Mộc Tinh, thì nó lại kéo dài đến gò Thổ Tinh (Mount of Saturn, Mã Số). Hoặc đi xa hơn nữa đến gò Nhật Tinh (Mount of Apollo, Mã Số) để trở thành đường (Bá Quyền Đạo, Mã Số 14).

Ý Nghĩa: Mộc Tinh trong Song Ngư (Jupiter in Pisces) được định nghĩa như là Leardership of Prison, đại diện cho sự khống chế hay kìm hãm ai đó. Ý nghĩa của đường này ám chỉ về các mối quan hệ cấp dưới, thuộc hạ hoặc những người phụ thuộc. Song Ngư được làm chủ bởi Mộc Tinh, chủ về sự kèm kẹp, tù tội, phụ thuộc, trong khi Mộc Tinh giữ yếu tố về kẻ cầm đầu, kẻ thống lĩnh...Người mang đường này có quyền thống lãnh, có uy quyền lấn át người khác, là vạn nhân chi thượng. Thường những bậc vua chúa, hay tướng soái, có đường này đậm và rõ nét.

Lịch Sử: Đường này mang tên Nhẫn Solomon gắn liền với huyền thoại về vị vua Do Thái Cổ là Solomon. Theo truyền thuyết, vị vua này có thể thống lĩnh 72 đạo quân địa ngục, và 36 đạo quân thiên thần, là vị vua có uy quyền vô song trong huyền thoại Do Thái. Ông cũng là người xây đền Solomon để thờ Rương Giao Ước. Ông đặc chế một chiếc nhẫn uy quyền, đeo ở ngón trỏ, để sai khiến quỷ thần (đây là cơ sở để xây dựng hình ảnh chiếc nhẫn trong Lord of the Ring). Cả hai nhà huyền học Mc.G.Mathers và Paul Christian đều khá thống nhất về quan niệm phân cung này. Mc.G.Mathers đánh giá đây là phân cung của "hạnh phúc vật chất", còn Paul Christian đánh giá đây là phân cung của "tham vọng và ham muốn dang vọng". Dù sắc thái có hơi khác biệt, cả hai đều đồng ý phân cung này liên quan đến việc khống chế người khác trong vòng kìm tỏa. Nhà chưởng thủ tướng học Chiero gọi đường này là "có sức mạnh của đại sư hoặc đại tư tế" (nguyên văn: "its possessor will aim at having the power of a master or an adept in such subjects", và ông còn chú thêm rằng đường này liên quan đến các vấn đề thần bí học và huyền học ("one of these strange marks of mysticism and occultism").

Nhầm Lẫn: đường này hầu như không lầm lẫn. Nhưng chúng ta có thể nhầm nó khi bị suy biến với các đường Renethis (Binh Nghiệp Đạo, Mã Số 27) và Zachor (Bá Quyền Đạo, Mã Số 14).

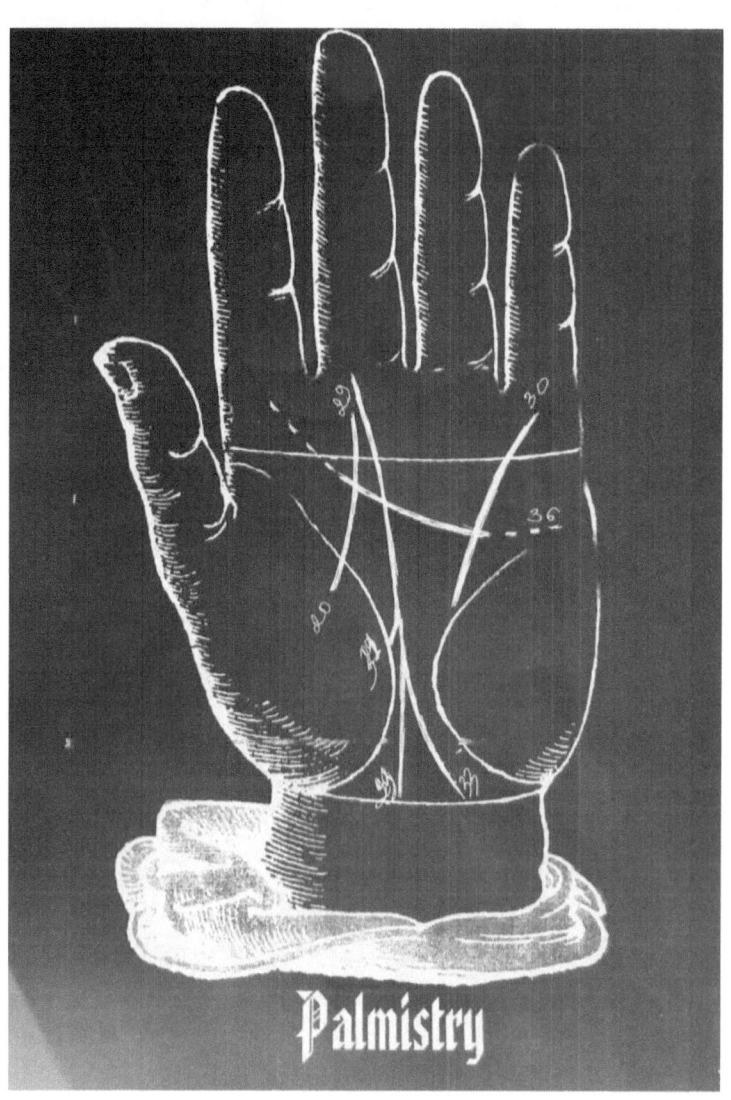

ĐƯỜNG CHỈ TAY SỐ 36: PIATRIS

Tên Chính Thức: Piatris (tiếng Latin).

Tên Khác: La Croix Mystique (tiếng Pháp), Line Of Affection, Special Variation of Line of Head (tiếng Anh), Mystica Crucis (tiếng Latin), Thập Tự Đạo, Huyền Thập Tự Đạo (tiếng Việt).

Mã Số: (36)

Vị Trí: Mặc dù được định nghĩa là đường đi từ gò Mộc Tinh đến gò Hoả Tinh, thực tế nếu dựa trên việc dò theo đường đi sẽ không thể tìm thấy đường này. Đường Piatris thường được thấy là một nét rất đậm nối từ đường Samotois (Trí Đạo, Mã số 5) đến đường Thursois (Tâm Đạo, Mã Số 26). Tuy nhiên, đường này luôn được coi là suy biến ở cả 2 đầu gò Mộc Tinh lẫn gò Hoả Tinh. Đường này được định nghĩa ở dạng dân gian như sau: "chữ thập St.André to nhất nằm giữa đường Tâm Đạo và Trí Đạo của bàn tay". Nói đúng hơn, đường Piatris cắt với bất kỳ đường nào đi từ 4 gò của ngón tay năm đến gò Địa Tinh, nói cách khác đường Piatris cắt với bất kỳ đường nào nằm trong đường Thổ Tinh Đạo. Để nhắc lại, đường Thổ Tinh Đạo là đường khá hỗn tạp, không có chỉ dẫn đủ rõ ràng, thường là tùy vào quan niệm của người viết sách. Bao gồm các đường Manethois (Thiên Cơ Đạo, Mã Số 29), Chusthisis (Nhân Cơ Đạo, Mã Số 20), Crauxes (Địa Cơ Đạo, Mã Số 33).

Ý Nghĩa: Đường Piatris (Thập Tự Đạo, Mã Số 36) với đặc tính Hoả Tinh trong Song Ngư (Mars in Pisces) thuộc phân cung 36, được định nghĩa là Vitality of Prison, tức là ám chỉ sự sống nơi ngục tù, hay là những người tử đạo. Đường Piatris (Thập Tự Đạo, Mã Số 36) là sự kết hợp của Hỏa Tinh mang ý nghĩa là sự sinh tồn, hoạt động; với Song ngư ám chỉ sự kìm hãm, bó buộc của đời sống trần tục hay luật lệ trần tục. Do đường Piatris (Thập Tự Đạo, Mã Số 36) thường được thấy là một nét rất đậm nối từ đường Samotois (Trí Đạo, Mã số 5) đến đường Thursois (Tâm Đạo, Mã Số 26); nói cách khác, trên thực tế, đường này luôn được coi là suy biến ở cả 2 đầu gò Mộc Tinh lẫn gò Hoả Tinh. Đường Piatris (Thập Tự Đạo, Mã Số 36) khi được giải nghĩa ở dạng La Croix Mystique (Thập Tự Huyền Bí) còn được gọi là di chức của Thiên Chúa hoặc Những Người Bảo Vệ, là một dấu hiệu đặc biệt trên lòng bàn tay. Đây được cho là dấu hiệu của những người đã được Chúa chọn, những người có nhiệm vụ đặc biệt hoặc thực hiện mục đích cao cả trong cuộc sống. Một số nguồn cho rằng người có đường Piatris (Thập Tự Đạo, Mã Số 36) khi được giải nghĩa ở dạng La Croix Mystique (Thập Tự Huyền Bí) có khả năng tâm linh rất cao, có thể nhìn thấy hoặc cảm nhận được những điều mà người khác không thể. Họ cũng thường có sự thông cảm và hiểu biết sâu sắc về người khác. Chú ý là khi giải nghĩa đường La Croix Mystique (Thập Tự Huyền Bí) là ta đang giải nghĩa bộ đôi đường Piatris (Thập Tự Đạo, Mã Số 36) nằm ngang, và đường Crauxes (Địa Cơ Đạo, Mã Số 33) nằm dọc, tạo thành hình thập tự.

Lịch Sử: Nhà huyền học Paul Christian gợi ý nghĩa phân cung này là "lười biếng, thích lạc thú, đầu óc hẹp hòi.". Trong khi Mc.G.Mathers đánh giá đây là phân cung của "thành công viên mãn". Nhà chưởng tướng học Chiero cho rằng: "Những gì được gọi là "La Croix Mystique" được tìm thấy trong hình thoi của lòng bàn tay giữa Đường Tâm Đạo và Đường Trí Đạo. Nó thường được tìm thấy ở giữa phần này của lòng bàn tay, nhưng cũng có thể được tìm thấy gần một bên của hình thoi hoặc bên kia. Dấu hiệu này biểu thị một tài năng hoặc quà tặng tự nhiên cho thần bí học và huyền bí học của tất cả các loại lĩnh vực. Khi nó đặt gần Jupiter, nó biểu thị việc sử dụng những nghiên cứu này nhiều hơn là để thỏa mãn lòng tự tôn hoặc tham vọng của chính mình hơn là theo đuổi những điều đó vì chính giá trị của chúng. Khi nó nằm ở giữa hình thoi, qua Đường Sinh Đạo, hoặc ngay dưới gò Thổ Tinh, các nghiên cứu như vậy trở thành nhiều hơn một tôn giáo hoặc được theo đuổi vì chính giá trị của chúng và ảnh hưởng và sự thật của huyền bí học sẽ đóng một vai trò hàng đầu trong sự nghiệp toàn bộ. Rất có thể người sở hữu dấu hiệu này sẽ theo nó như một nghề nghiệp, hoặc sẽ cô đọng các nghiên cứu của mình thành dạng sách. Khi dấu hiệu này nằm thấp hơn trong hình thoi, gần gò Thái Âm, vị thế sẽ nghiên cứu một hình thức của huyền bí học nhiều hơn từ một quan điểm mê tín dị đoan hơn bất kỳ điều gì khác. Tuy nhiên, anh ấy vẫn có khả năng thành công trong việc làm điều đó, và ảnh hưởng đến người khác thông qua các nghiên cứu của mình, và với hình thức sau cùng này, anh ấy sẽ có khả năng viết thơ bí ẩn đẹp với giai điệu tiên tri chạy xuyên suốt rất mạnh."

Nhầm Lẫn: hầu như trên bàn tay, không có sự lầm lẫn. Tuy nhiên, một số bàn tay có nhiều hơn một chữ thập La Croix Mystique (Thập Tự Huyền Bí) khi tất cả các chữ thập đều có độ mờ như nhau.

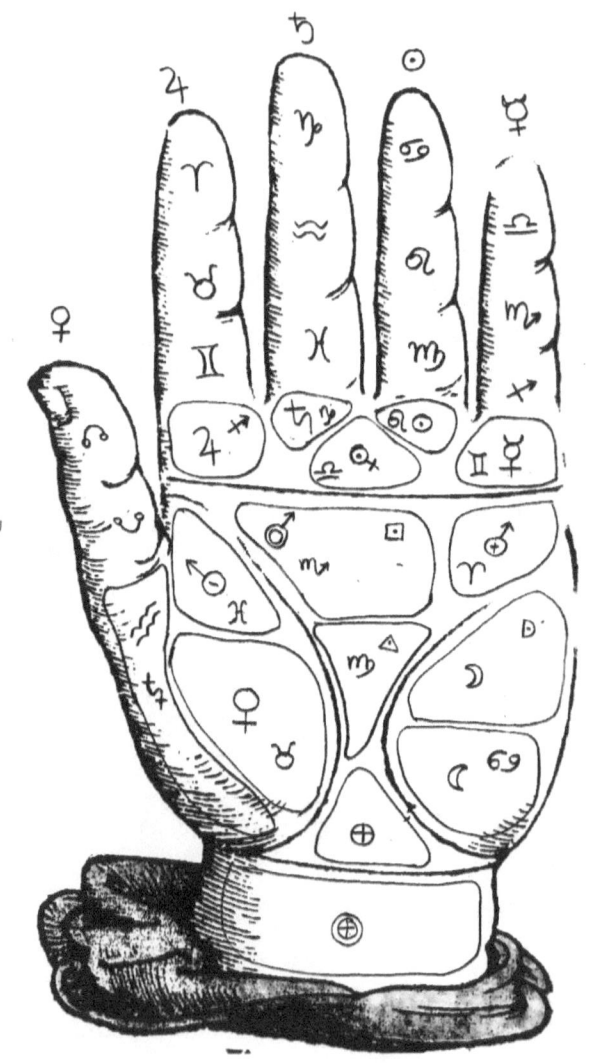

TÀI LIỆU THAM KHẢO

1. "WHO global report on traditional and complementary medicine 2019" (PDF). WHO. June 4, 2019.
2. Legal Status of Traditional Medicine and Complementary/Alternative Medicine: A Worldwide Review" (PDF). World Health Organization. 2001.
3. "In Germany, a Heated Debate Over Homeopathy". Undark Magazine. March 16, 2020.
4. "Safety issues in the preparation of homeopathic medicines". World Health Organization.
5. Oxford English Dictionary
6. Hahnemann, Samuel (1833). The homœopathic medical doctrine, or "Organon of the healing art". Dublin: W. F. Wakeman.
7. Robert W. Ullman; Judyth Reichenberg-Ullman (October 1, 1994). The patient's guide to homeopathic medicine. Picnic Point Press.
8. "History of Homeopathy". Creighton University Department of Pharmacology. July 2007
9. Moore, John S. "Aleister Crowley as Guru", 2016-02-05 at the Wayback Machine, Chaos International, Issue No. 17.
10. Crowley, Aleister.Aleister Crowley, Liber XIII vel Graduum Montis Abiegni: A Syllabus of the Steps Upon the Path, Hermetic website, retrieved July 7, 2006.
11. Urban, Hugh B. (2012). "The Occult Roots of Scientology?: L. Ron Hubbard, Aleister Crowley, and the Origins of a Controversial New Religion". Nova Religio: The Journal of Alternative and Emergent Religions.

12. Booth, Martin (2000). A Magick Life: The Biography of Aleister Crowley. London: Coronet Books. ISBN 978-0-340-71806-3.
13. Djurdjevic, Gordan (2014). India and the Occult: The Influence of South Asian Spirituality on Modern Western Occultism. New York City: Palgrave Macmillan. ISBN 978-1-137-40498-5. OCLC 59483726.
14. Kaczynski, Richard (2010). Perdurabo: The Life of Aleister Crowley (1st ed.). Berkeley, California: North Atlantic Books. ISBN 978-0-312-25243-4.
15. DuQuette, Lon Milo (2003). The Magick of Aleister Crowley: A Handbook of Rituals of Thelema. San Francisco: Weiser. ISBN 978-1-57863-299-2.
16. Orpheus, Rodney. Abrahadabra: Understanding Aleister Crowley's Thelemic Magick, pp. 33–44. Weiser, 2005. ISBN 1-57863-326-5
17. Urban, Hugh. Magia Sexualis: Sex, Magic, and Liberation in Modern Western Esotericism. University of California Press, 2006. ISBN 0-520-24776-0
18. Kabbalah: A Very Short Introduction, Joseph Dan, Oxford.
19. York, The Magicians of the Golden Dawn, (1972) p. ix.
20. Crowley, Aleister. The Equinox of the Gods. New Falcon Publications, 1991. ISBN 978-1-56184-028-1.
21. Helena & Tau Apiryon. (1998) The Creed of the Gnostic Catholic Church: an Examination.
22. Crowley, Aleister. (1979). The Confessions of Aleister Crowley. London;Boston : Routledge & Kegan Paul.
23. Crowley, Aleister. (1981). The Book of Thoth. New York, S. Weiser.
24. Cordovero, Rabbi Moshe (1993). תומר דבורה [The Palm Tree of Devorah]. Targum. p. 84. ISBN 9781568710273.

25. Kaplan, Rabbi Aryeh (1990). Sutton, Abraham (ed.). Inner Space. Brooklyn, NY: Moznaim. p. 254. ISBN 0-940118-56-4.
26. Bahir, translated by Aryeh Kaplan (1995). Aronson. (ISBN 1-56821-383-2)
27. Regardie, Israel. (1994). A Garden of Pomegranates. Saint Paul, Minn., Llewellyn Publications
28. Fortune, Dion (1935). The Mystical Qabalah (1984 American paperback ed.). York Bach, Maine: Samuel Weiser, Inc. p. 1. ISBN 0-87728-596-9.
29. Campion, Nicholas (1982). An Introduction to the History of Astrology. ISCWA.
30. nes, H. (2018). "The Origin of the 28 Naksatras in Early Indian Astronomy and Astrology". Indian Journal of History of Science.
31. Philip Yampolsky, 'The origin of the Twenty-eight Lunar Mansions', Osiris, IX (1950).
32. Burnet, John (1930) [1892]. Early Greek Philosophy. London: A. & C. Black, Ltd.
33. Campion, Nicholas. The History of Western Astrology, 2009.
34. Halliwell, S. (2007). "The Life-and-Death Journey of the Soul: Interpreting the Myth of Er". In Ferrari, G. R. F. (ed.). The Cambridge Companion to Plato's Republic. Cambridge: Cambridge University Press.
35. Robbins, Ptolemy Tetrabiblos, 'Introduction'
36. Hetherington, Norriss S. Encyclopedia of Cosmology (Routledge Revivals): Historical, Philosophical, and Scientific Foundations of Modern Cosmology Routledge, 8 apr. 2014 ISBN 978-1-317-67766-6
37. Geneva, Anne (1995). Astrology and the Seventeenth Century Mind: William Lilly and the Language of the Stars. Manchester University Press.

38. Melton, Gordon J. (Sr. ed.) (1990). "Theosophical Society". New Age Encyclopedia. Farmington Hills, Michigan: Gale Research.
39. Gavin Kent McClung (June 2000). "What Makes A True Astrologer?". Dell Horoscope.
40. Perry, Glen, Dr. What is Psychological Astrology? 2016.
41. SAUNIER, Marc. La Légende des symboles, philosophiques, religieux et maçonniques, Paris, 1911.
42. MERTENS STIENON, M. L'Occultisme du zodiaque. Paris, 1939
43. Kunz, George F. (1913). The curious lore of precious stones. Lippincott
44. Gleadow, Rupert (2001). The Origin of the Zodiac. Dover Publications.
45. Johari, Harish (1986). The Healing Power of Gemstones: In Tantra, Ayurveda, and Astrology. Destiny Books.
46. Knuth, Bruce G. (2007). Gems in Myth, Legend and Lore (Revised edition). Parachute: Jewelers Press.
47. Grande, Lance; Augustyn, Allison (2009). Gems and Gemstones: Timeless Natural Beauty of the Mineral World. University of Chicago Press.
48. Osborne, Harold, ed. (1985). The Oxford Companion to the Decorative Arts. Oxford University Press.
49. T. F. Hoad (1996). The Concise Oxford Dictionary of English Etymology.
50. "World's oldest telescope?". BBC News. ngày 1 tháng 7 năm 1999.
51. T. L. Heath (2003). A manual of greek mathematics. Courier Dover Publications
52. William R. Uttal (1983). Visual Form Detection in 3-Dimensional Space. Psychology Press
53. A History Of The Eye. stanford.edu.
54. Colored light therapy: overview of its history, theory, recent developments and clinical applications

combined with acupuncture. Cocilovo A Am J Acupunct. 1999
55. Graham H. Discover Colour therapy. (2004) Ca USA: Ulysses Press
56. Cas Lek Cesk (1980). "The father of medicine, Avicenna, in our science and culture: Abu Ali ibn Sina (980-1037)", Becka J.
57. Azeemi, S. T.; Raza, S. M. (2005). "A Critical Analysis of Chromotherapy and Its Scientific Evolution". Evidence-Based Complementary and Alternative Medicine.
58. Pleasanton A. Blue and Sun Light. Philadelphia: Claxton, Reuser & Haffelfinger; 1876.
59. Babbitt E. Principles of Light and Colour. MT, USA: Kessinger Publishing; 1942.
60. Azeemi, Khawaja Shamsuddin. Colour Therapy. Karachi: Al-Kitab Publications; 1999
61. Ott J. Health and Light: The Effects of Natural and Artificial Light on Man and Other Living Things. Connecticut, USA: Devin-Adair Pub; 1972.
62. Hassan M. Chromopathy. Peshawar: Institute of Chromopathy; 2000.
63. Perry R. Scientific documentation on colour therapy.
64. Schauss AG. Tranquilizing effect of colour reduces aggressive behaviour and potential violence. J Orthomol Psych. 1979
65. Numbers Needed to Treat With Phototherapy According to American Academy of Pediatrics Guidelines (2010).Thomas B. Newman, Michael W. Kuzniewicz, Petra Liljestrand, Soora Wi, Charles McCulloch,and Gabriel J. Escobar.
66. Seasonal Depression (Seasonal Affective Disorder), By Debra Fulghum Bruce, PhD (2020).
67. Evolving applications of light therapy, Michael Terman (2007).

68. Light therapy for non-seasonal depression, A Tuunainen, D F Kripke, T Endo (2004).
69. Circadian Rhythm Sleep Disorders. Pathophysiology and Potential Approaches to Management,Nava Zisapel (2012).
70. Guide thérapeutique des couleurs - Manuel pratique de chromatothérapie, médecine énergétique - Principes, techniques et indications (1989). Christian Agrapart
71. Chakra: Religion, Encyclopaedia Britannica
72. Lochtefeld, James G. (2002). The Illustrated Encyclopedia of Hinduism: A-M. Rosen Publishing Group. ISBN 978-0-8239-3179-8.
73. Sharma, Arvind (2006). A Primal Perspective on the Philosophy of Religion. Springer Verlag. ISBN 978-1-4020-5014-5.
74. Trish O'Sullivan (2010), Chakras. In: D.A. Leeming, K. Madden, S. Marlan (eds.), Encyclopedia of Psychology and Religion, Springer Science + Business Media.
75. The Upanishad Volume 1 (1959), Bonanza Books, New York.
76. Doãn Chính (2017), Veda-Upanishad Những bộ kinh triết lý tôn giáo cổ Ấn Độ, Nhà xuất bản Chính trị Quốc gia Sự thật, Hà Nội.
77. Samuel, Geoffrey; Johnston, Jay (2013). Religion and the Subtle Body in Asia and the West: Between Mind and Body. Routledge. ISBN 978-1-136-76640-4.
78. Adalbert Schneider, A Brief History of the Chakras in Human Body, Herdecke University, Germany, 2019.
79. Y. Zhou and N. C. Danbolt, Glutamate as a neurotransmitter in the healthy brain, 2014
80. Powers ME, Yarrow JF, McCoy SC, Borst SE (2008). "Growth hormone isoform responses to GABA ingestion at rest and after exercise". Medicine and Science in Sports and Exercise.

KẾT LUẬN

81. Bailey, Alice A. Esoteric Healing, Lucis Trust,1953.
82. C.W. Leadbeater, The Chakras (1927), published by the Theosophical Publishing House, Wheaton, Illinois, USA.
83. Gary Cox, Thuật ngữ Jean-Paul Sartre, Đinh Hồng Phúc dịch.
84. Le Symbolisme des Nombres, p. 12. Imitation de Jésus-Christ, I- 3
85. Chandogya Upanishad, quyển VI, 1:12-13
86. Henri Durville, La Science secrète, p. 261

www.ingramcontent.com/pod-product-compliance
Lightning Source LLC
LaVergne TN
LVHW091633070526
838199LV00044B/1047